வேர்களற்று...

விமலன்

வேர்களற்று : சிறுகதைகள்
ஆசிரியர் : விமலன்

: © ஆசிரியருக்கு

முதற்பதிப்பு : செப்டம்பர் 2011
அட்டை வடிவமைப்பு : பினு பாஸ்கார்
வெளியீடு : வம்சி புக்ஸ்
19.டி.எம்.சாரோன்,
திருவண்ணாமலை.
செல்:9444867023, 04175-251468
அச்சாக்கம் : மணி ஆப்செட், சென்னை - 600 077
விலை : ₹ 80
ISBN : 978-93-80545-46-2

Verkalatru : Short stories
Author : Vemalan

: © Author

First Edition : September 2011
Wrapper Design : Benu Basker
Published by : Vamsi books
19.D.M.Saron,
Tiruvannamalai-606 601
9444867023, 04175-251468
Printed by : Mani Offset, Chennai-600 077
: ₹ 80
ISBN : 978-93-80545-46-2

வாழ்வைக் கற்று தந்த
என் மண்ணிற்கும் மனிதர்களுக்குமாய்.

பொருளடக்கம்

1. காளியம்மா	7
2. வேர்களற்று....,	17
3. சேல ரவுக்க	24
4. பூங்கொத்து	32
5. பிள்ளை விளையாட்டு	39
6, விருதுநகர் 626 001. கொட்டாப்புளி	46
7, தகிப்பு	55
8, பைனாக்குலர்	62
9, தாயக்கட்டை	70
10, உலர்வு	79

11, ஞாயிறுகளும், காலை தூக்கமும்!	87
12, ஓடப்பு	94
13, ஈழக்களி	103
14, "சிதறல்களினூடாக"	110
15, அரூபங்களாய்....	117
16, அறிவு நாயும் அதன் எஜமானரும்	129
17, வேர் முடிச்சு	136
18, அலையோடி	143
19, சிதிலங்களில்....	152

காளியம்மா

எங்கும் நிறைந்த சூனியப் பெருவெளியை வெறித்தவாறு காளியம்மா, ஊருக்குள் நுழைகிற பஸ்சைப் பார்க்கிறாள். இரு சக்கரவாகனம் ஏதாவது ஒன்றில்..... கல்குவாரி லாரிகளின் பின்னாலாவது..... நடந்தும் கூட வரவில்லை காளியம்மாவின் கணவன்!

அவன் இல்லாத இந்த வாழ்க்கை சூனியப் பெருவெளியாய் அதன் முட்களாய் நெஞ்சில் நெருடுகிறதுதான்!

காளியம்மாவின் கணவன் போய் இன்றோடு வருடங்கள் மூன்றுக்கு மேலிருக்கும். எங்கு போனான், என்ன ஆனான், என்ன செய்கிறான்.

அரசல் புரசலாய் பேசிக் கொண்டார்கள் அவனை தூத்துக்குடிப் பக்கம் பார்த்ததாய்! அந்த ஊரில்தான் அவன் தீர்த்துவிட்ட முதல் தாரம் இருக்கிறாளாம்! ஜீவனாம்சத் தொகை மணியார்டுடன் இவனும் போவதுண்டாம் எப்பொழுதாவது! அதில்தான் பழைய உறவு புதுப்பிக்கப்பட்டதாய் பேச்சு!

ஆனால் காளியம்மாவிடம் சொல்லியிருந்தான் அவள் கணவன்! "சனியன தொலைச்சு தலைமுழுகி ஆறு மாசமாச்சு" என!

காளியம்மாளும் இந்த மூன்று வருடங்களாய் அண்ணனின் கையைத்தான் நம்பி இருக்கிறாள்! அரிசி, பருப்பு, மளிகை, குழந்தைகளின் உடம்புக்கு நல்லது, பொல்லாது எல்லாவற்றிற்குமே அண்ணன்தான்!

இனி எத்தனை காலம் அண்ணனின் கைகளை நம்பி இருப்பது எனத் தெரியவில்லை? அம்மா, அப்பா, அரிசி, பருப்பு, மளிகை, வீட்டுப்பாடு, கடைப்பாடு எல்லாமே அவன் தலையில்தான்!

விடிஞ்செந்திரிச்சா ஆயிரம் வருது, ஆயிரம் போகுது. கொடையா கொடையுது மண்ட, வீட்டுக்காரன், பால்க்காரன், பலசரக்குக் கடைக்காரன்லயிருந்து பேங்குல வச்ச நகைய திருப்புறது வரைக்கும் எல்லாமே பிரச்சினையாத்தான் விடியுது!

இதுல கல்யாணம், காச்சி, ஏதாவது நல்லது, பொல்லாதுன்னா போதும் வீடு வுட்டுப் போகும்? பேசாம இந்த நாய்ப் பொழப்பு பொழைக்குறதுக்கு... என்பான் அண்ணன்!

முன்பெல்லாம் காளியம்மாளின் தாவணிப் பருவத்தில் ரெண்டு கடைதான். ஊருக்குள்! இவர்களதும், இன்னொரு கடையும்தான்! அந்தக் கடையில் டீ மட்டும்தான். வடை கூட கிடையாது! இவர்கள் கடையில் டீ, இட்லி, வடை, தோசை, சாயங்காலம் சேவு, மிக்சர்! இவர்கள் கடையின் ருசிக்காகவே ஊரில் பல பேர் நாக்கை அடகு வைத்திருந்தார்கள்.

அவர்களிடமெல்லாம் வாய் திறந்து காசு, கேட்பதில்லை அவர்! கொடுத்தால் வாங்கிக் கொள்வார், இல்லையென்றால் கணக்கு நோட்டுத்தான்! அது இருக்கும் ஒவ்வொருவருக்கும்

நான்கைந்து பக்கங்கள்! அந்த நான்குகளும், ஐந்துகளுமாய் சேர்ந்து இவர் பேரில் பலசரக்குக் கடையில் இருபத்தைந்து பக்கங்களாவது இருக்கும். சூதானாமாகவும், நிதானமாகவும் பேசுவார்! "ஏய், என்னப்பா காசு" கடைக்கு வருபவர்களிடம் நோட்டை காட்டுவார். "தருவோம் இப்போ என்ன?" என்றால் "ஏய் ஒன்னுக்கு அரையாவது குடுங்கப்பா" என்று குரல் தேய்ந்து அடங்கி விடுவார்!

இப்ப என்ன... என்றவர்களுக்கு டீக்கடைகளில் எண்ணிக்கைப் பெருக்கம் சௌகரியமானது. மொத்தம் ஆறு கடைகள் இப்பொழுது! ஆறு கடைகளுக்கும் போக வழியும், ஆறு கடைகளில் கடன் சொல்லி, டீ, வடை சாப்பிடும் சூட்சமும் அந்த ஊர்க்காரர்களுக்கு தெரிந்திருந்தது.

உள்ளங்கை அளவு ஊருக்குள் இத்தனை கடையென்றால்.... அவரும் சமாளித்துத்தான் பார்த்தார்! ம்ஹூம் படுத்துவிட்டது யேவாரம். டீயாவது, வடையாவது, இட்லியாவது, தோசையாவது, மிக்சராவது, சேவாவது? ருசியாவது, ஒன்னாவது? எல்லாம் போனது.

இதற்காகவே அண்ணனுக்கும், அண்ணன் சம்சாரத்திற்கும் அடிக்கடி சண்டை வரும், "யேவாரம் இல்ல, ஒண்ணும் இல்ல, நம்ம பொழுப்பே இங்க பெப்பரப்பேன்னு! இதுல உங்க தங்கச்சியே வேற இழுத்து வச்சிக்கிட்டு... ஹூம் வௌங்கி, வெளக்கு வச்சிப் போகும் நம்ம குடும்பம்!

பால்க்காரனுக்கு பாக்கி, பலசரக்குக் கடைக்காரனுக்கு பாக்கி, சீட்டுகட்டி மாசம் நாலாச்சு! புள்ளைங்களுக்கு போட்டுக்குற நல்ல துணிமணி இல்ல. எனக்கு நல்ல சேலை ரவிக்கையைக் காணோம். கடை பாக்கியும் நோட்டுல எழுத்தா நிக்குது. நாமளே தொன்னாந்துக்கிட்டு நிக்கிற இந்த நேரத்துல...! "கழுத அது தலையெழுத்து அம்புட்டுத்தான்னு விட வேண்டியதுதான", "சும்மா இழுத்து இழுத்து வச்சிக்கிட்டு".

“ஏய் சும்மாக் கெட கழுத, ரொம்பத்தான் தெரிஞ்சவ மாதிரி பேசாத நாய! எட்டி மிதிச்சி கொன்னுபுடுவேன், த் தே...., நாயக் குளிப்பாட்டி நடு வீட்டுல வச்சது ஏந்தப்புடி”,

“காரணமில்லாமயா குளிப்பாட்டி வச்சீங்க, எங்க அப்பன், ஆத்தா எக்கா நகை நட்டு செய்முறையின்னு செஞ்சாங்க. அப்ப மட்டும் நான் மணத்தேன். இப்ப கையில, காதுல, கழுத்துல ஒண்ணுமில்லாதப்போ வீசுறேனாக்கும்?“

“யாரு நகை நட்டெல்லாம் அழிச்சு எங்க கொண்டோயி, யாருக்குப் போட்டாகன்னு இந்த ஊருக்கே தெரியும்டி, சும்மா பசப்பாத.“

“அத எதுக்கு இப்ப பேசுறீங்க அனாவசியமா?”

“ஆமாம், பேசுவேன்ல, பின்ன பெத்த புள்ளைங்களக் கூட சரியா கவனிக்காம வெக்கங்கெட்டுப் போயி அன்னைக்கி ஊர் மேய்ஞ்சு திரிஞ்சுட்டு இப்ப வந்து முக்கி முக்கி பேசுனாப்ல ஆச்சா?“

“ஆமாம், அலைஞ்சாங்க, இவருதான் வந்து அந்தமானிக்கி வெளக்குப் புடிச்சி அலுத்துப் போனாரு“ மூஸ் மூஸ் என அழுதவாறு சுவற்றில் சாய்ந்து உட்கார்ந்து விடுவாள்.

“ஏதோ தெரியாத்தனமா சலதாரியில (சாக்கடை) விழுந்துட்டேன்ஞ் சாமி, தப்புத்தான். அதுக்காக ஒரு மனுசன் அதையே சொல்லிச் சொல்லி சூடு போட்டா?“ தாரை தாரையாய் கண்ணீர் விட்டுக் கொண்டு சுவரெல்லாம் மூக்கைச் சிந்தி துடைப்பாள். தரையில் ஓங்கி ஓங்கி முட்டிக் கொள்வாள். இரண்டு பேரும் பரஸ்பரம் ஒருநாள் முழுக்க திருகிக் கொள்வார்கள்.

மறுநாள் அவர்கள் பேச்சின் ஆரம்பமே இதுவாகத்தான் இருக்கும். “சரி சரி நீயும் ஒரு வேகாளத்துல பேசுன, நானும் ஒரு வேகாளத்துல பேசி அடிச்சிப்புட்டேன். அப்புறம் ஏந்தங்கச்சியப் பத்தி அப்பிடிப் பேசுனா, இப்ப அந்த நெலைமையில நீ இருந்தா?“

11 விமலன்

முகம் வெளிறி விடுவாள் அண்ணனின் சம்சாரம்! காளியம்மாவைப் பற்றி யார் என்ன பேசினாலும் அப்படித்தான் ஆகிவிடுகிறார் அவர்!

ரோட்டு மேல் இருந்த இரண்டு வீடுகளில் ஒன்றில் அண்ணனின் டீக்கடை, அதன் மாடியிலேயே அவர்களின் வீடு! பக்கத்து வீட்டில் காளியம்மா! வாசல் கதவு திறந்தால் மச்சு இடிக்கும். அதற்குள்தான் எல்லாம், தண்ணீர், புழக்கடை உட்பட! ரொம்பவும்தான் சிரமப்பட்டுப் போவாள் காளியம்மாள் சமயத்தில்!

கிராமத்தில் பாத்ரூமுக்கு எங்கே போக? ஆத்திர அவசரத்திற்கு ஒண்ணுக்கு போகக் கூட கதவை மூட கூச்சம்! ஓடைப்பக்கம் போய்விட்டு வந்து கால் கழுவ, மாத விலக்கு நேரம் துணி கட்டிக் கொள்ள, சேலை துணிமணி மாத்த எல்லாவற்றிற்குமாய் ரொம்பத்தான் சிரமப்பட்டுப் போவாள். இவள் ஒவ்வொன்றிற்கும் ஒவ்வொருமுறை கதவை சாத்தும் போதும் "க்களுக்". ரோட்டோர எதிர்புற டெய்லர் கடை, வாசலோர எளவட்டங்களின் சிரிப்பு, கேலி, குத்தல், எள்ளல் பேச்சு!

பின்ன கருப்பட்டி வட்டயச் சுத்தி எறும்பு மொய்க்கத்தான் செய்யும்? டீக்கடைக்கு வந்து போகிற அறிவு ஜீவிகளின் பேச்சு! எறும்புகளாய் இல்லை. எளவட்டங்களாய் காளியம்மாளின் மேல் கண்ணைச் சாத்தினார்கள்.

அண்ணன் கடையில் டீ வாங்குபவர்கள் சிலர் கடையினுள் சிலர் இப்படித்தான் காளியம்மா வீட்டு நடைமுன் சிமெண்ட் தரையில்! அவர்களை முகம் சுண்டினால் உள்ள வியாபாரமும் போச்சு!

சைசாக சத்தம் போடுவார். "டேய், ஏண்டா இப்பிடி, கடையில் டீ வாங்குனா கடையில குடிச்சிட்டு கடையோட போங்கடா" என்பார்.

“சரி இப்ப என்ன காத்தாட நாங்க இங்க ஒக்காந்து டீக் குடிக்கிறது புடிக்கலையா? வேணும்னா நாளாப்பின்ன வேற கடைக்குப் போயி குடிச்சுக்கிறோம்“ மனம் புழுங்கி வெறுத்து உள்ளே போய் விடுவார்.

ஆரம்பித்து விடும் ஜமா! வேண்டுமென்றே கத்திக் கத்திப் பேசுவார்கள். அர்த்தமில்லாமல் சிரிப்பார்கள். எங்கும் இல்லாத கொச்சைப் பேச்செல்லாம் புதுப்புது உருவெடுத்து விஸ்வரூபமெடுக்கும்.

டீக்கடைக்கு வரும் பெரிசுகள் யாராவது சத்தம் போட்டால் கொஞ்ச நேரம் கப்சிப்! அப்புறம் மெல்ல, மெல்ல, மெல்ல, மெல்ல......! எத்தனை நேரம் தான் அவள் வீட்டைப் பூட்டிக் கொண்டு உள்ளே இருப்பாள். நின்றால் இடிக்கிறது. நடந்தால் முட்டுகிறது. அடுப்படியும், மச்சு வீடும் கொண்ட அந்த எலிப் பொந்தில் எவ்வளவு நேரம் தான் வெந்து போவது?

விறகு அடுப்பு எரியாதபோது மண்ணெண்ணெய் ஸ்டவ்வை பற்ற வைப்பாள். இப்போது ரேஷன் கடையில் மண்ணெண்ணெய்க்கு தட்டுப்பாடு. சீமக்கருவேல விறகுதான்! மடிகிறது புகை, சாத்திய வாசல் கதவை திறந்தால் கொஞ்சம் வெளியே போகும் புகை. புகைக் கூட்டின் வழியாக புகை முழுவதும் வெளியேறுவதில்லை. காற்றாடியைப் போட்டால் புகை வீட்டை நிறைக்கிறது.

வேக்காட்டிலும், புகையிலும், வேகும்போது கூட மனது அந்த இளவட்டங்களின் பேச்சை, சிரிப்பை, சிரிப்பின், உயர அலைகளை திருட்டுத்தனமாய் ரசிக்கும். அவர்களின் பேச்சு நின்றபோது திரும்பவும் பேசமாட்டார்களா என ஏங்கும்!

புகையுடனும், வேக்காட்டுடனும், அந்தப் பேச்சுக்களின் ஞாபகங்களுடனும், கதவைத் திறந்து வெளியே வருவாள். அவள் வெளியே வந்ததும், ஒன்றிரண்டு பேரைத் தவிர மற்றவர்கள் எழுந்து போய்விடுவார்கள். ஒன்றிரண்டு பேரும்

இவளோடு ஒப்புக்கு ஏதாவது பேசிவிட்டு எழுந்து விடுவார்கள். அவர்கள் எழும்போது பார்வை அவள் உடல் முழுவதும் மேயும்! அது அவளுக்கும் தெரியும்!

வீட்டை ஒட்டி ரோடு, ரோட்டைத்தாண்டி அந்தப் பக்கம் கண்மாய்! கண்மாய் நிறைந்த சீமக் கருவேல முட் செடிகள்! வரண்டு தெரியும் கண்மாய்! கண்மாயின் மேடு பள்ளங்கள், சீமக்கருவேல முட் செடிகளின் இளம், கரும்பச்சை நிறம்! அதைத் தாண்டித் தெரியும் கல்கட்டிடங்கள், தோட்டங்கள் என தொலை தூரத்தில் நிலைக்க விடுவாள் பார்வையை!

பரந்து, விரிந்து, கரிய புகை நிரம்பிய சூனியப் பெருவெளியிலிருந்து நான்கைந்து சூனியக்காரர்கள். உடலெல்லாம் சாம்பலும், கரியுமாய் நிரம்பிய அவர்கள் கயிற்றுக் கட்டிலில் படுத்திருந்த காளியம்மாவின் மீது மந்திர நீரைத் தெளித்து கபாலம் கீறலாகிப் போயிருந்த மண்டை ஓட்டை காளியம்மாவின் முகத்திற்கு நேராகக் காட்டி மூன்று முறை சுற்றினார்கள். சூனியக்காரர்கள் காளியம்மாளின் முகத்தில் மூன்று முறை எச்சிலை உமிழ்ந்து விட்டு, மூன்று முறை கட்டிலைச் சுற்றி வந்து காளியம்மாவைத் தூக்கிக் கொண்டு பறந்தார்கள். இறக்கைகள் அற்ற அவர்கள் கால்களை நீச்சல் அடிப்பது போல் ஆட்டிக் கொண்டே பறந்தார்கள்.

இடைவெளியில் விழித்த காளியம்மாள் கட்டிலிலிருந்து குதிக்க முற்பட்டும் முடியவில்லை. சூனியக்காரர்கள் புகை அடர்ந்து மண்டிய அந்த பெருவெளியில் காளியம்மாளை இறக்கி வைத்து, மஞ்சள் தண்ணீர் ஊற்றி, மாலை போட்டு, சுற்றிச் சுற்றி வந்து கும்மி அடித்தார்கள். கும்மி அடித்து முடிந்ததும், அந்த சூனியப் பெருவெளியில் எரிந்து கொண்டிருந்த பிணத்தை அரையும் குறையுமாய் எழுப்பிக் கட்டி வந்து காளியம்மாளின் கையில் ஒப்படைத்து விட்டு பறந்து விட்டார்கள்.

காளியம்மாவுக்கு எல்லோரையும் போலெல்லாம் திருமணம் நடைபெறவில்லை. அவள் இரண்டு வயது கைக் குழந்தையுடன் விதவையாய் நின்றபோது...., காளியம்மாளின் அண்ணன் மட்டுமல்ல, அவரின் டீக்கடைக்கு வந்து போகிறவர்கள், சொந்தக்காரர்கள், அவரின் தண்ணி கோஷ்டி என அனைவரிலும் பாதிப் பேர் அவரிடம் இதைச் சொல்லாமல் இல்லை.

காளியம்மாளின் அண்ணனும், அண்ணன் சம்சாரமும் யோசித்து, யோசித்து மண்டை காய்ந்து துக்கப்படாமல் இல்லை. "கொஞ்ச வயசு, ஏதாவது தப்புத்தண்டா நடந்து போச்சுன்னா அசிங்கம் யாருக்கு? தப்புத்தண்டாவ விடுங்க. கொஞ்ச வயசுல இப்பிடிப் பட்ட மரமா நிக்கிறது பாவமில்லையா? இந்த ரெண்டு வருஷமா அவளுக்கு கல்யாணம் செஞ்சு வைக்காம விட்டதே அதிகம். காலாகாலத்துல விசாரிங்க, ஏதாவது ஒருயெடம் பாருங்க. கழுதய ஏதாவது நெட்ட, குட்டைன்னாலும் பரவாயில்ல"

காளியம்மாவின் அண்ணனும், அண்ணன் சம்சாரமும் எப்பொழுதாவது இளம் காதலர்கள் போல் பேசிக் கொள்கையில் அடிக்கடி இந்தப் பேச்சு அவர்கள் வாயில் புழங்கியது.

பட்டமரம் துளிர்க்க ஏற்பாடு செய்து விட்டார்கள். அந்த ஊர் பிரசிடெண்ட். காளியம்மாவின் மாமா. "தெக்கு, வடக்கு நாலும் தெரிந்தவர்" என அவருக்குப் பெயர். அவர்தான் சொல்லியிருந்தார்.

"டேய் பொறுடா. நல்ல யெடமா வரும்போது சொல்றேண்டா" என்றிருந்தார். பின்பு ஒருநாளில் சொல்லவும் செய்தார். "ஏய் இங்க பாரு, பய கொஞ்சம் சல்லித்தானப்ப. டவுன்ல ஆட்டோ ஸ்டாண்டு, டாக்ஸி ஸ்டாண்டுல இருக்கிற ஆட்கள் கூட தண்ணி, கஞ்சான்னு திரிவானாம். நம்ம சாதி கெடையாது. நகைப் பட்டறை வச்சிருக்கானாம். மொதப்

பொண்டாட்டிய தீத்து வுட்டுட்டு ஜீவானாம்சம் குடுத்துட்டு இருக்கானாம். ஆனா காசு கெடக்கப்பா ஒரு தலைமொறைக்கி ஒக்காந்து சாப்புடுற அளவுக்கு".

கடைசியாக வந்த "காசு" மற்ற எல்லாவற்றையும் அமுக்கியது. கல்யாணமும் நடந்தது. இங்கிருந்து திருப்பரங்குன்றம் முருகன் கோவிலுக்குப் போனார்கள். கல்யாணம் கோவிலில். ஹோட்டலில் சாப்பாடு! முடித்துக் கொண்டு வந்து விட்டார்கள். டவுனில்தான் குடியேறினார்கள்.

என்னதான் இரண்டாம் கல்யாணமென்றாலும் புது முருக்கு இல்லாமல் இல்லை. முதல் கணவன் மூலம் பிறந்த குழந்தையை காளியம்மாள் அண்ணனிடம் விட்டிருந்தாள். விருந்துக்கு என இல்லாவிட்டாலும் நிறைய ஊருக்குப் போனார்கள். கோயில்தான் அதில் பிரதானம்!

ரெண்டு பேருக்குமே நல்லதொரு வாழ்க்கை வாய்த்துவிட்டது என ஊர் முழுக்க பேசிக் கொண்டார்கள். "மொதப் புருசன் யெறந்ததுலயிருந்து அவ அண்ணன் கடையில அடுப்போட வெறகா யெறிஞ்சு வெந்தா, அவளுக்கு இப்படி ஒரு பொழப்பு வாச்சிருக்குன்னா ஆச்சரியம்தானம்மா!"

சிகப்பாய் குட்டையாயிருந்த காளியம்மா, இப்போது கொஞ்சம் சதை போட்டிருந்தாள். மாடலாக புதுப்புது டிஸைனில் புடவை. இடது கையில் வாட்ச், வலது கையில் வளையல் சகிதம் லட்சணமாகத் தெரிந்தாள்.

சேலைக்கு "சேரி" என்றாள். "டயத்திற்கு" சமையல் என்றாள், மிக்ஸி, குக்கர், கிரைண்டர் என்று சொல்ல மறக்கவில்லை. மார்னிங், ஈவ்னிங், மிட்நைட்... என ஆங்கிலம் கலந்தாள் பேச்சில்!

ப்யூட்டி பார்லர் போவாள் போலும். புருவம் செதுக்கியிருந்தாள். தலைமுடியை ஒழுங்கு பண்ணி

வெட்டியிருந்தாள். பவுடர் பூச்சில் முகத்தின் மேடுபள்ளங்கள் மறைந்தது.

முகத்தை மறைத்த பள்ளங்கள் வாழ்க்கையில் விழுந்த போதுதான் ஆடிப் போனார்கள் எல்லோருமே!

குழந்தை பிறந்து ஒரு வருடம் கழித்துப் போனவன் இன்றைக்கு வரைக்கும் ஆளைக் காணோம். அவன் அற்ற வாழ்வு காளியம்மாவுக்கு பழகிப் போனது.

முதல் கணவனுக்குப் பிறந்த பெண் பிள்ளையும், இரண்டாவது கணவனுக்கு பிறந்த பையனும், அண்ணன் தங்கையாய்த்தான் வளர்கிறார்கள். அவர்களின் வளர்ப்பு, படிப்பு இத்யாதி, இத்தியாதிகளுக்கெல்லாம் அண்ணனையே நம்பி இருந்தாள்.

தீப்பெட்டி ஆபிஸ் வேலைக்குச் செல்லும் காளியம்மாள் அந்த சம்பளத்தில் ஏனோ தானோ என்று குடும்பம் நடத்துகிறாள்! காலையில் கோழி கூப்பிடும் முன் எழுகிறாள். அண்ணனின் கடையைப் பெருக்கி, கோலம் போட்டு, பாத்திரம் கழுவி, வடை போட்டு, இட்லி சுட்டு, சட்னி அரைத்து, பலசரக்கு கடைக்கு போய் வந்து எல்லாவற்றிற்கும் மிஷினாகிறாள்!

தீப்பெட்டி ஆபிஸ் வேலை, வீட்டு வேலை, அண்ணனின் டீக்கடை வேலை எல்லாம் ஒளிந்த தருணங்கல் எங்கும் நிறைந்த சூனியப் பெருவெளியை வெறித்தமர்ந்தவாறு காளியம்மா!

வேர்களற்று....,

சொல்லுதலில் ஒவ்வொருவருக்கும் ஒரு விதமே! அதில் இந்த தாத்தா, பாட்டியின் ரகமே தனிதான்!

முதலில் சைக்கிள் கேட்டதில்தான் ஆரம்பித்தார்கள். இரண்டு மாதம் முன்பாக அந்த தாத்தாதான் என்னிடத்தில் சொன்னார். "தம்பி பழைய வெலையில ஒரு சைக்கிளு வேணும். தெரிஞ்ச கடையில சொல்லி கொஞ்சம் வாங்கிக் கொடுங்க" என்றார்.

தெரு வீடுகளில் இருக்கின்ற அத்தனை ஆண்களை விடுத்து என்னிடம் மட்டும் ஏன் அதைச் சொன்னார் எனத் தெரியவில்லை. ஒருவேளை நான் சைக்கிளை வைத்திருக்கும் விதத்தைப் பார்த்தா? எந்த வேலை எப்படியிருந்தாலும் சைக்கிளின் சுத்தத்திற்கென ஒரு மணி நேரம் ஒதுக்கி விடுவேன் வார நாட்களின் இறுதியில்! அதைப் பார்த்து கூடச் சொல்லியிருக்கலாம். இன்னொன்றும் கூடச் சொன்னார். "சைக்கிளப் பத்தின தொழில் நுட்பம் எனக்கு அவ்வளவா தெரியாது". அதனால் தான் நான் போகாம

எல்லாந்த தெரிஞ்ச ஒங்ககிட்டச் சொன்னேன் என கூறினமாதிரி பெருமை கலந்த பூரிப்பான நினைப்பு என்னுள்!

அவர் தற்போது பயணிக்கும் சைக்கிள் மிக உயரமாக உள்ளதெனவும், சைக்கிளை நிறுத்த வேண்டுமானால் எங்காவது மேடான இடம் பார்த்துதான் காலூன்றி இறங்க வேண்டியுள்ளது எனவும் பகன்றார். தவிரவும் கூட்டமான இடங்களில் செல்லுகையில் ஆத்திர அவசரத்திற்கு பிரேக் அடித்து காலூன்றி இறங்க பயமாக உள்ளதெனவும், அப்படியே அவசரத்திற்கு காலூன்றும் சமயங்களில் காலில் இறங்கும் உடம்பின் மொத்த பலத்தையும் தாங்காமல் கீழே விழுந்து விடுகிறேன் என்றார்.

ரயில்வே குட்செட்டில் லோடுமேனாய் வேலை பார்த்தபோது வாங்கிய சைக்கிளாம் தற்போது அவர் வைத்திருப்பது! வாங்கியதிலிருந்து எந்த வேலையும் பார்க்கவில்லை பெரிதாய்! அவ்வப்பொழுது டயர், டியூப், பஞ்சர் தவிர என்றார்!

எனது மனைவியிடம் தாத்தாவின் சைக்கிள் தேவையை சொன்னபோது "பார்த்துக்கங்க" என்றாள். பார்த்துக்கங்க என்றால் என்ன அர்த்தம். இது பொறுப்பில்லாமல் நழுவுகிறதனம் என்றேன். "ஆரம்பிச்சிட்டிங்களா, ஒங்க பிரசங்கத்த, அதில்ல, ஏற்கனவே அந்த தாத்தாவோட வீட்டம்மா. வம்பு பேசீட்டு திரியும். இப்ப நீங்க சைக்கிள் வாங்கிக் குடுக்கப் போயி இதுல ஏதாவது உள்கமிஷன் வச்சிட்டாங்களோன்னு சந்தேகம் வந்துரும் அந்தம்மாவுக்கு (பாட்டிக்கு) அத வீடு வீடா வேற போயி சொல்லிக்கிட்டுத் திரியும். அதான் பாத்துக்கங்கன்னு சொன்னேன்"என்றாள்.

சரி, சரி அந்த மாதிரி பாத்துக்கங்கவா, என மூக்குறுபட்டவனாய் பேச்சை மாற்றி வேறொன்றிற்கு தாவினேன். பரஸ்பரம் மூக்கறுபடுவதும், வேறொன்றிற்கு தாவுவதும் எல்லா கணவர்களுக்கும் நடக்கிற

அனுபவம்தானே! ஏறக்குறையவெல்லாம் இல்லை, நானும் அதையேதான் யோசித்து வைத்திருந்தேன். மனைவியும் அதைச் சொல்ல சரியென்று விட்டேன்.

இங்கு குடிவந்த புதிதில் அவர்கள் படுத்தியபாடு கொஞ்ச நஞ்சமில்ல. பாண்டியன் தெரு என்றால் யாருக்கும் தெரியாது. ராமச்சந்திரா தீப்பெட்டி ஆபிஸ் பின்புறம், கனகா தீப்பெட்டி ஆபிஸ் அருகே என்றால் சின்னப் பிள்ளைக்கும் பிடிபட்டு விடும். கூடவே ஆர்.டி.எம்.என். பங்களாவை சேர்த்துக் கொள்ள வேண்டும்.

தெருவின் பிரதான அடையாளம் அதுதான் என்பதை விடவும் அந்த தெருவிலேயே பெரிய வீடு அந்த வீடுதான் என்கிற முக்கியமான அடைமொழியும் அந்த பங்களாவைச் சேரும். இப்படியாய் பெயர் பெற்ற தெருவில் முதலில் வீடு கட்டி குடி வந்தபொழுது அவர்களின் செய்கைகளே எங்களுக்கு பெரிய தடுப்புச் சுவராய் நின்றது.

வீட்டின் முன் காலை நீட்டி அமர்ந்து கொள்வாள் பாட்டி. கொஞ்சம் தள்ளி வீட்டின் எதிர்புறமாய் சேர் போட்டு அமர்ந்து கொள்வார் தாத்தா! தெரு முக்கின் வலது புற வீடு. கவனமாய் சைக்கிளை திருப்பு தாத்தாவுக்கும், பாட்டிக்குமாக இடையில் செல்லும் பூமத்திய ரேகை போன்ற மத்தியப் பிரதேசத்தில்தான் பயணிக்க வேண்டும் கவனமாக! கரணம் தப்பினால்....?

அதைக்கூட விடுங்கள் அவர்கள் வீட்டின்முன் நடந்து போக தடை விதித்தார்கள். கேட்டால் எங்கள் இடத்தில்தான் ரோட்டடிக்கு ஒதுக்கி இருக்கிறோம். அதை முள் வைத்து அடைக்கப் போகிறோம் என்றிருக்கிறாள் பாட்டி எனது மனைவியிடம்! எனது மனைவியும் சண்டை போடாத குறையாக “தெரிஞ்சத பாத்துக்கங்க“ என்று வந்து விட்டாளாம்.

அவுங்க அப்பிடி செஞ்சா பாத்துக்கிருவோம் வுடு என்றேன் நான் மனைவியிடம்! ஆனால் அவள் சமாதானமாகவும், அவளின் படபடப்பு அடங்கவும் வெகு நேரமானது. அந்த பாட்டியும் அப்படித்தான்! இந்த நடு மையத்துல வந்து யெடம் வாங்காட்டி அங்கிட்டு, எங்கிட்டாவது வாங்கீர்க்கலாம்ல. இப்ப நாங்களும் ஒங்களுக்கு பாதை வுடாட்டி நீங்க எப்பிடி போவீங்க, வருவீங்க. இது எங்க நெலம், எங்க யெடம், நாங்க பாத்து மனது வச்சா ஒங்களை நடமாட வழி இல்லாம பண்ணீருவோம் என்றாள். அப்படியான அவளின் கூற்றை உடைக்க ஏகப்பட்ட நகாசு வேலைகள் செய்ய வேண்டி இருந்தது.

அவர்களை பார்க்க நேர்கிற சமயங்களில் பார்க்காமல் இருத்தல், பேசாமல் மனதை மூடிக் கொண்டு போய்விடுதல், அவர்களை உதாசீனம் செய்தல், அவர்களின் இருப்பை ஒரு பொருட்டாகவே எடுத்துக் கொள்ளாமை போன்ற அஸ்தரங்களை பயன்படுத்தினோம். அதன் பலன் முதன்முதலாய் எனது மனைவியிடம் பேச ஆரம்பித்திருக்கிறார்கள். பின்பு நிலைமை சகஜம் ஆனது போல காட்டிக் கொள்ள என்னிடமும் அவ்வப்பொழுது பேசினார்கள். அதன் தொடர்ச்சியா, அல்லது நீட்சியா எனத் தெரியவில்லை.

இன்று மாலையில் அலுவலகம் விட்டு வந்த என்னை மறித்து, என்ன தம்பி என ஆரம்பித்தார்கள், தாத்தாவும் பாட்டியும்! சைக்கிள் ஏதாவது அமைஞ்சிருச்சா? பக்கத்து வீட்டின் வெளியில் நின்ற பதினெட்டு இஞ்ச் சைச்சிளை காண்பித்து இவ்வளவு போதும் என்றார் தாத்தா.

என்னமோ போ சைக்கிளு ஓட்றது சும்மாவா இருக்கு, போகும்போது, வரும்போது எங்கிட்டாவது வுழுந்திட்டா! அதான் சூதானமா இருக்கணும்னு சொல்லி இருக்கேன் இவருகிட்ட! பாட்டி.

மொலங்கால் கிட்ட அநியாயத்துக்கு வலி எடுக்குது. சைக்கிள்ல போகும்போது தப்பித்தவறி ஹேண்ட்பார்ல தட்டீர்ச்சின்னா உயிரே போகுது! தாத்தா.

அப்பயெல்லாம் இவரு பிராயத்துல இருபது மூட்டை நெல்ல அவிச்சிப்போடுவேன். இவரு தெனம் ரெண்டு, ரெண்டு மூட்டையா இந்த சைக்கிள்ல வச்சிதான் கொண்டு போயி ரைஸ் மில்லுல வச்சி அரைச்சிக்கிட்டு வருவாரு! ரைஸ் மில்லு இங்கயிருந்து மூணு மைலு போகணும் அப்பயெல்லாம்! அப்பிடியெல்லாம் இருந்தவர்தான் இப்ப கால புடிச்சிக்கிட்டு உக்காந்துகிட்டு இருக்குறதப் பாக்க சங்கடமாகவும் இருக்கு. இப்பிடியே சும்மாவும் வீட்லயே உக்காந்துருக்கக் கூடாது ஒடம்பு போயிரும். அதான் ஒரு சின்ன சைக்கிள் வாங்குனா அப்பிடியே போக வர தோதா இருக்கும். என்னத்தையோ ரெண்டு குடம் தண்ணி எடுக்க, கடை, கண்ணிக்குப் போக! பாட்டி.

நல்லவேளையாக இதுவரை அவர்களது பேச்சில் அக்கம் பக்கம் வீடுகள், பாதை இது பற்றி எதுவும் பேசிடவில்லை என்பதே ஒரு பெரிய ஆறுதலாய் இருந்தது. அவர்கள் வீட்டின் முன் யாரும் நடந்துவிடக் கூடாது. அவர்கள் வீட்டு நடையில் தண்ணீர் பிடிப்பவர்கள் யாரும் அமர்ந்து விடக் கூடாது. (இவர்கள் வீட்டு திருப்பத்தில்தான் தண்ணீர் குழாய் இருக்கிறது) அவர்கள் வீட்டின் முன் யாரும் சிரித்து பேசிக் கொண்டு போய் விட முடியாது. ஏதாவது முனகுவார்கள், வைவார்கள் ஜாடைமாடையாக!

அதனால்தான் அவர்களுடன் பேசவோ, பழகவோ யாரும் ஆசைப்பட்டது கூட இல்லை. அப்படி பேசுபவர்கள் கூட அவர்களது பேச்சின் அர்த்தங்களை புரிந்தவர்களாய் விலகிக் கொள்வார்கள் அல்லது பரஸ்பரம் இடைவெளி காப்பார்கள்.

எங்க அண்ணன் மகன் பெங்களூர்ல துணி வாங்கி மெட்ராஸ்ல யேவாரம் பண்றான் பெரிய ஆளு! ஒங்க ஒயரம் இருப்பான். ஆளு குண்டா செகப்பா அழகா இருப்பான்.

22 வேர்களற்று

அவனும் சைக்கிளு வாங்கித் தர்ரேன்னு சொல்லியிருக்கான். அவன் ஊருக்கு வந்தான்னா கொத்து, கொத்தா கைநெறையா அள்ளித்தான் செலவழிப்பான். ஆயிரக்கணக்குல கொண்டு வருவான். அவனுக்கெல்லாம் அது காபிச் செலவு மாதிரி! தாத்தா

என்னமோ போ ஆளாளுக்கு புடுங்குறாங்க எங்களப் போட்டு! இத்தன காலமும் இல்லாத கொடுமையா இப்ப! எந்தங்கச்சி இப்பவே வீட்ட எழுதி கேக்குறா. இது இந்த மனுசன் பேர்ல இருக்கு! யார் பேர்ல இருந்தாத்தான் என்ன? இப்பயே எழுதிக் குடுத்திட்டு, நாங்க எங்க தெருவுலயா போயி நிக்குறது. எங்க சாவு மொதலுக்குன்ன இருக்குறது இது ஒன்னுதான்யா! இதையும் கொடுத்துட்டா, அதான் சொல்லிட்டோம். கடைசி வரைக்கும் யார எங்கள வச்சி பாக்குறீங்களோ, அவங்களுக்குத்தான் இந்த சொத்துன்னு! எந்தங்கச்சி, அவுங்க அண்ணன், தம்பி, அவுங்க புள்ளைங்க எல்லார்கிட்டயும் இப்பிடிச் சொல்லிட்டோம்! என்ன சொல்ற நீ என்றாள் பாட்டி.

வாஸ்தவமான பேச்சு பாட்டி என்று சொன்ன அதேகணம் எங்கள் அண்ணன் தம்பி நான்கு பேர் பற்றியும், கையகலமே உள்ள நிலம் வீடு பற்றியும், விதவைத்தாய் பற்றியும் அவளின் தனித்த கிராமத்து இருப்பு பற்றியும் மனதில் ட்ரைலர் ஓடாமல் இல்லை! டீக்கடையிலிருந்து பார்சல் டீயோ, வடையோ, சேவோ, மிக்சரோ, காய்கறி, சிக்கன், மட்டன்... வாங்கி வருகிற நேரம், பிள்ளைகள் இல்லாத இவர்கள் எதையும் வாய்க்கு ருசியாக வாங்கியாவது அல்லது செய்தாவது சாப்பிடுவார்கள் என்கிற எண்ணம் என்னுள் உதைக்காமல் இல்லை.

இதைக் கேட்டுவிடக் கூட நினைப்பதுண்டு. இதிலிருந்து ஏதாவது நூற்து பேச்சை வளர்த்து விடுவார்களோ எனவும், அந்த பேச்சின் முடிச்சுகள் அனுதாபமாய் இருந்துவிடும் பட்சத்தில் அதை அவிழ்க்க வேண்டிய கட்டாய நிலைக்கு

தள்ளப்படலாம் என்று எண்ணியும் அவர்களிடம் கேட்பதில்லை!

என்னமோ போ பிள்ளையில்லாத சொத்து, யாரு திங்க கொடுத்து வச்சிருக்கோ? எங்கள்ல யாருக்கும் முன்னால யாரு முந்துனாலும் சரி, நானோ? அவரோ?.

எனக்கு முன்னால அவரு போயிரணும். அவருக்கு சவரட்டனையா வேணும் தம்பி எல்லாமும். அதான் சொல்றேன். எனக்கு முந்தி அவரு போயிரணும்னு. கடைசியா இருக்குற நானு அப்பிடியே முதியோர் இல்லத்துல போயி இருந்துட்டு கொஞ்ச நாள்ல செத்துப் போகனும் தம்பி என்றாள் பாட்டி.

எங்களுக்கு அப்பறம் எங்க சொந்தக்காரங்க இந்த வீட்ல வந்து குடியிருந்தாலும் சரி, வித்தாலும் சரி. ஆனா யாருக்கும் சும்மா தர மாட்டோம். ஒரு நா ஒரு பொழுதாவது எங்கள வச்சி கஞ்சி ஊத்தணும். நல்லா பாத்துக்கணும். இல்லாட்டி நாங்க முதியோர் இல்லந்தான், இந்த வீடு அனாதை ஆசிரமத்துக்குதான்! பாட்டி.

என்னமோ தம்பி, புள்ளயில்லாத எங்களுக்கு ஒன்னையப் பாத்த ஒடனே இதெல்லாம் சொல்லணும்னு தோணுச்சி. ஒன்னை பாக்குறப்பயெல்லாம் நாங்க பெறாத புள்ளையா தோணுச்சி சாமி. அதான் ராசா இவ்வளவு நேரம் பேசுனம் ஒங்கூட என பொல பொலவென அழுது விட்டாள் பாட்டி.

தாத்தாவின் கண்களில் கண்ணீர் இல்லையே தவிர அவர் மனம் தேம்பிய சத்தம் வெளியில் கேட்டது. தம்பி எங்களுக்கு ஒரு ஒபகாரம் பண்ணனும் நீங்க! ஒங் பொண்டாட்டி புள்ளையோட ஒரு நா வந்து எங்க வீட்ல ஒரு வா சாப்புட்டு போகணும் தம்பி!

சேல ரவுக்க

மனைவிக்கு சேலை எடுக்க வேண்டும்!

பெரிதாயும் இல்லை, சிறிதாயும் இல்லை, அடக்கமாக இருந்தது அந்த ஜவுளிக்கடை! முதல் தளம், இரண்டாம் தளம் என இருபிரிவுகளிலும் செயல்பட்டது! கீழ்த்தளத்தில் வேஷ்டி, சட்டை, கைலி, துண்டு, சேலை மேல் தளத்தில் ரெடிமேட் அயிட்டங்கள்.

வாய்க்கப் பெற்றிருந்த வசதியை கடையில் அலங்காரத்தில் காட்டியிருந்தார்கள். கடையின் உள்ளே கண்ணாடிகளால் இழைத்திருந்தார்கள். கண்ணாடி ஷோகேஸ், கண்ணாடி ஷெல்ப், கண்ணாடிக் கதவு கூடவே கண்ணாடி போட்ட மனிதர்கள்.

கடையின் வலதுபக்க கவுண்டருக்குப்பின், வேஷ்டி, சேலை, துண்டு, இடதுபக்க கவுண்டருக்குப்பின் பேண்ட், சர்ட் பிட்டுகள், பெட்ஷீட், ஜமுக்காளம், காடாத் துணிகளின் கூட்டம் என இருந்த கவுண்டரின் முடிவில் டானாப்பட மடக்கி பட்டுச் சேலை செக்ஷன் இருந்தது.

அதற்குள் கவுண்டரெல்லாம் கிடையாது. தரையில் அமர்ந்துதான் பார்க்க வேண்டும். பட்டுப்புடவை என்றால் அப்படித்தானாம் சொன்னார்கள் கடைசிப்பந்திகள். அதற்கும் இவனுக்கும் பெரிதாக ஒன்றும் சம்பந்தம் இல்லை என்பதாய் காட்டிக் கொண்டான்.

அந்த செக்ஷனில் உள்ளவர்களையும், புடவை எடுப்பவர்களையும் ஏதோ வேற்றுக்கரகவாசிகள் போல பார்த்துக் கொண்டான். முதல் தடவை பார்த்ததோடு சரி, திரும்பவேயில்லை.

தரையின் கார்பெட்டில் தடுக்கி செருப்பு அறுந்து போனது. எதிர்பார்த்ததுதான். ஆனால் இவ்வளவு சீக்கிரமாய் இந்த ஜவுளிக் கடையில் வைத்து அறுந்து போகும் என நினைக்கவில்லை. நல்லவேளையாக கடையில் கூட்டமில்லை. அங்கொன்றும், இங்கொன்றுமாக பெண்கள்! வலது கால் பெருவிரலையும், பக்கத்து விரலையும் நெருக்கி வைத்து அறுந்த வாரை பிடித்தவாலே சமாளித்து நடந்தான்.

ஷோகேஸில் உள்ள புடவைகளைக் காட்டி அதுமாதிரி வேண்டும் என்றான். நிறையப் புடவைகளை எடுத்துப் போடச் சொல்லி பார்த்த ஒரு பெண், “ஸாரி, ராகு காலம் வந்துருச்சி, நாளைக்கி வந்து எடுத்துக்கிர்ரேன்“ என்று போனாள் கைக்கடிகாரத்தைப் பார்த்தவாறே!

புடவைகளை எடுத்து போடுபவர், இரண்டு மூன்று ஸ்விட்சுகளைப் போட்டார். ட்யூப் லைட்டுகளில் வெளிச்சம் பளீரிட்டது. பகலானாலும் சரி, இரவானாலும் சரி, லைட்டைப் போட்டுவிட்டுதான் புடவையைக் காண்பிக்கிறார்கள்.

ஜவுளிக் கடைக்காரர்களுக்கும், ட்யூப் லைட் வெளிச்சத்திற்கும் ஏதோ சம்பந்தம் இருக்க வேண்டும். கடையெல்லாம் ட்யூப் லைட்டுகள்!

நூற்றி ஐம்பது ரூபாய் பூணம் சேலை, மில்காட்டன், அபூர்வாப்பட்டு, சைனா சில்க், கோரா காட்டன் இன்னும் இன்னுமான ரகங்களை விலைக்குத் தகுந்தவாறு எடுத்துப் போட்டார்கள். பார்த்தான். எதிலும் திருப்தி ஏற்படாதவனாய் ஒரு கர்ச்சீப் மட்டும் எடுத்துக் கொண்டு வந்து விட்டான்! முதுகுப்பின்னால் கடைச் சிப்பந்தி முனகியது கேட்டது.

பெண்கள் யாவரிலும் மனைவியே தெரிந்தாள் இவனுக்கு! அவர்களின் நடை, பாவணை செயல்களில் அற்று பொருத்திப் பார்த்துக் கொள்கிறான். இதற்காகவே செவ்வாய், வெள்ளிகளில் மாரியம்மன் கோவில் வழியாகப் போவதுண்டு.

நூற்றிச் சில்லறைகளிலிருந்து அறுநூற்று, எழுநூற்று சில்லறைகள் வரை விலை நிர்ணயிக்கப்பட்ட புடவைகளை அவர்கள் உடுத்தியிருப்பதை பார்ப்பதற்கு! சில அவர்களின் உயரத்திற்கும், பருமனுக்கும், கலருக்கும் ஏற்ற மாதிரி பொருந்தியிருக்கும்! சில அப்படி இல்லை. உடம்பை விட்டு துருத்திக் கொண்டு எரிக்கும். உடுத்தியிருப்பவர்களை அசிங்கப்படுத்தி விடும். இது மாதிரியான பொது இடங்களுக்கு வருவதற்கும், பெண்கள் புடவை உடுத்துவதற்கும் ஏதோ சம்பந்தம் இருக்கும் போல!

"கையில் காசு உள்ளபோது அதோ போகிறாளே அந்தப் பெண் உடுத்தியிருப்பதைப் போல ஒரு புடவை எடுக்க வேண்டும் மனைவிக்கு!"

மனைவியைத் தவிர மற்ற பெண்களை பார்க்கையில் பெரும்பாலான சமயங்களில் இவனுக்கு ஏற்படுகிற ஆசை இதுவாகத்தான் இருக்கும்! அப்படியானால் வேறு எதுவும் இருக்காதா மனதில். இருக்கும். அதெல்லாம் எதற்கு இங்கு அனாவசியமாய்?

போகாமல் விட்டுப் போன திருமணத்திற்கு மொய் செய்யவும், மணமக்களை பார்க்கவும் மதுரை போயிருந்தான் ஒரு சமயம்! பஸ்ஸ்டாண்டிலிருந்து மணமகளின் வீடு ஐந்து

கிலோ மீட்டர் புதிதாக உருவாகிய புறநகர் பகுதி! பஸ் அதிகமாகப் போகாத அந்த ஏரியாவிற்குச் செல்லும் டவுன் பஸ்சும் ரிப்பேர் என்கிறார்கள். அடிக்கடி ரிப்பேர் ஆகிப் போவதும் பின் சரிபண்ணி ஓட விடுவதும் டவுண் பஸ்சிற்கேயான எழுதப்படாத விதி போலும்.

ஆட்டோ பிடித்துதான் போனான். பேரம் பேசுவது என்னமோ இவனுக்கு வாய்ப்பதில்லை. சிரித்துக் கொண்டே ஆட்டோக்காரர் கேட்ட கட்டணத்திற்கே ஒத்துக் கொண்டான். சிலர் பேரம் பேசும் சாமர்த்தியத்தைப் பார்த்து அசந்து போயிருக்கிறான். பாதிக்குப் பாதியாக பேசுவார்கள், கேட்பார்கள்! அப்பொழுது பார்க்க வேண்டுமே அவர்களது முகத்தை! அடேயப்பா எல்லைக் கோயில் அய்யனார் சாமி சிலையின் கடுமையை வரவழைத்துக் கொள்வார்கள். பேசுவார்கள், பேசுவார்கள், பேசுவார்கள் பேரம்!

பேர தர்மத்தில் கழுத்தில் சுருக்கிட்டு மாட்டப்படும் எனத் தெரிந்தேதான் பேரம் பண்ணுபவரும் உச்சாணிக் கொம்பிலிருந்து இறங்கி வருவார். இவன் விஷயத்தில் அதெல்லாம் அனாவசியமாகிப் போய் விடுகிறது!

இவன் முகத்தில் அப்புராணி, இளிச்சவாயன், பிழைக்கத் தெரியாதவன் என எழுதி ஒட்டி இருக்கிறதே! பெற்ற தாயிலிருந்து பழகிய நண்பர்கள் வரை இவன் மனைவி, பிள்ளைகளைத் தவிர்த்து அவனுக்கு வைத்த பெயர் அதுதான் என ஆகிப் போன சூழ்நிலையில் அந்த ஆட்டோக்காரர் மட்டும் விதிவிலக்கா என்ன?

இவன் போனபோது வீட்டில் மணமக்கள் இல்லை. விருந்துக்கு வெளியூர் போயிருந்தார்கள். திருமண ஆல்பத்தைக் கொடுத்தார்கள். ஆல்பத்தில் பெண்கள் விதவிதமான புடவைகளோடு! மணமகள் உடுத்தியிருந்த பட்டுப்புடவையை விடவும் (பன்னிரெண்டு ஆயிரம் ரூபாயாம், மணமகள் வீட்டார் சொன்னார்கள்) நன்றாக இருந்தது.

புடவையின் அழகையும், நேர்த்தியையும் நேசிக்கும் அளவு புடவை நெய்பவர்களை நேசிப்பார்களா? நினைத்துப் பார்ப்பார்களா? என்பதெல்லாம் ஆச்சரியகரமானதும், கேள்விக்குறியுமான விஷயம்தான்!

பணம் கொடுத்தால் ஜவுளிக்கடையில் புடவை! ஒன்றுக்கொன்று இலவச ரகங்களிலிருந்து பாரதியாரின் பாடல் வரிகளைச் சொல்லும் பட்டுப்புடவை வரை!

நல்ல பச்சைக்கலர், கண்ணை உறுத்தாமல் குறுக்கும், மறுக்குமாய் கோடுகள் ஓடியது அமைதியாக! முந்தியில் யானைகள் நடக்க பல்லக்கு தூக்குப் போகும் காட்சியும், பூக்கள் பூத்திருந்த காட்சியும்!

விரித்துக் காண்பித்தாள், மேலே போட்டுக் காண்பித்தாள். இவன் சொன்ன பிறகு ரூமிற்குள் சென்று கட்டிக் கொண்டு வந்தாள் மனைவி! அவள் உயரத்திற்கும், பருமனுக்கும் நிறத்திற்கும் புடவை நன்றாகவே இருந்தது! முந்நூற்று ஐம்பது ரூபாய் என்றாள்! இடுப்பு மடிப்புகளில் தவழ்ந்து கொண்டிருந்த சேலையை தொட்டுப் பார்த்துக் கொண்டிருந்த பார்வை விலகி அவள் மேல் பாய்ந்தது. முந்நூற்றி ஐம்பது ரூபாய்க்கு புடவை எடுக்குமளவு இப்பொழுது என்ன அவசியம் நேர்ந்துவிட்டது? அவ்வளவு பணத்திற்கு என்ன செய்தாள்? மாதக் கடைசி வேறு என இவன் கேள்விக்குறியாய் பார்க்கையில்தான் சேமிப்புப் பணம் என்றாள். சிறுபாடுகுள் சேமிப்பு என ஆனபின் சொல்லிக் கொள்ளவும் செலவழிக்கவும், நாகரீகமாகிப் போனது. "சிறுவாடு" சொல்லில் பிரயோகிக்கும் போது கூச்சப்பட்ட அளவு சேமிப்பு என்கிறதை சொல்லும்போது இல்லை.

இன்னும் சொல்லப் போனால் சத்தமாகத்தான் சொன்னார்கள். பிள்ளைகள் இருவருக்கும் ட்யூசன் ப்யூஸ் கொடுக்கவில்லை இன்னும்! சைக்கிளுக்கு பின் சக்கர டயர் மாற்ற காசில்லை. கையில் காசில்லாததால் முடிகூட வெட்டிக் கொள்ள முடியவில்லை! வீடு நிறைய தேங்கி நின்ற சில்லறைச்

செலவுகள்! இதையெல்லாம் மறந்துவிட்டு புடவை எடுத்து விட்டாயே என சத்தம் போட்டபோதுதான் அழுதுவிட்டாள்.

"எப்ப இருந்தது, இப்ப இருக்குறதுக்கு?" "அப்ப ஒரு பொடவ எடுக்கக் கூட இந்த வீட்ல எனக்கு உரிமையில்லையா?'' பணச் சூழ்நிலைய கணக்குல எடுத்துக்கம்மா என்றபோது "ஆமா கட்ன பொண்டாட்டிக்கு நீங்களாவும் மனது வந்து ஒரு சேல எடுத்துக்குடுக்க மாட்டிங்க, நானா போயி எடுத்துக்கிட்டாலும் தப்பு?" "ஒரு சேலை எடுக்கக் கூடவா வக்கத்துப் போச்சு இங்க?"

தன்மானத்தை குத்திவிட்ட கேள்வி. நிர்வாணமாய் நிற்க வைத்து சுற்றி நின்று கும்மாளம் போடும் குரூரம். வார்த்தைகளில் எள்ளலாடியது. இவன் பேச, அவள் பேச வார்த்தைகள் வம்பாய் கூடிப்போனது. அரசு ஆஸ்பத்திரியின் அவசர சிகிச்சை பிரிவுக்கெல்லாம் போக வேண்டிய அவசியமெல்லாம் ஏற்படவில்லை. ஒருநாள் முழுக்க பேசிக் கொள்ளவில்லை இருவரும்! அவ்வளவுதான். வழக்கமான வீட்டின் குதூகலம், இவனின் கேலிப் பேச்சுகள், பரஸ்பரம் கணவன் மனைவி இருவரின் சீண்டல்கள் எதுவும் இல்லை. பிள்ளைகள் வெறிக்க வெறிக்கப் பார்த்தார்கள் இருவரையும்!

சந்தோஷம் கூடிப்போன நாட்களின் நகர்தலில் இவனது பேச்சே தனிதான். மொதல்ல இந்த ஊக்கு கண்டுபிடிச்சவங்களை சொல்லணும். "ஊக்கு கண்டுபிடித்தவன் ஒழிக" என்பான் உற்சாகம் கூடிப்போய் அவள் காதருகில் சென்று! "வீட்ட ஒட்டி இருக்குற கடைகள்ல நீ கேட்டா ஊக்கு குடுக்காதீங்கன்னு சொல்லணும்" என்பான்.

"ஊ....ம் அதுக்காக உரிஞ்சு போட்டா திரிவாங்க?"

"அப்பிடி யார் சொன்னா?" "இப்படி ஜாக்ட்டோட சேத்து சேல மேலாக்க ஊக்கு மாட்டி வச்சிக்கிட்டா ஒரு அவசர ஆத்தரத்துக்குக் கூட.....!"

"மூஞ்சப்பாருங்க, தலையில வெள்ள முடி எட்டிப் பாக்குது"

"எட்டிப்பாத்தா இப்ப என்ன? எல்லாந்தான்....!

அதற்குள் விளையாடப் போன பிள்ளைகள் வந்து விடுவதுண்டு அல்லது பக்கத்து வீட்டின் எதிர்த்த வீட்டின் பெண்கள் அவளை கூப்பிட்டு பேச, ஏதாவது கேட்க, கொடுக்க வருவதுண்டு. "கரடிகள் நுழைந்து விட்டது". அலுத்துக் கொண்டு விடுவான்.

பெரும்பாலான நாட்களில் அவர்களின் வீட்டின் நகர்வுகளும், நிகழ்வுகளும், இப்படித்தான் இருக்கிறது. இந்த பதினைந்து வருடங்களில் இவனில் அவளும், அவளில் இவனும் கரைந்து போன வாழ்க்கை முறைதான் வாய்க்கப் பெற்றிருக்கிறது.

காலையில் சமையலறையையும், மதியம் துணி துவைத்தலையும், மாலையில் பிள்ளைகள், கணவனின் நலத்தையும் குத்தகைக்கு எடுத்துக் கொண்டு தன் நலனை மறந்து போகிற நல்ல (!?) மனைவி! இரண்டு பிள்ளைகளுக்கு தாயாகி உடல் பெருத்து சொதபுதவென இருந்தாலும், அவளும், அவள் புடவை உடுத்திக் கொள்ளும் அழகும் அலுக்கவில்லை இவனுக்கு!

அவளின் புடவைகள் பிடித்து பிள்ளைகள் சுற்றும்போது அப்பாவியாய் அவளை பார்ப்பான் இவன்! என்ன அப்பிடி பாக்குறீங்க என்கிற அவளின் கேள்விக்கு "புடவை புடிச்சு சுத்த எனக்கு ஒரு யெடம் கெடைக்குமான்னுதா"

"அதான் என்னையே சுத்துறீங்களே, பொடவை எதுக்கு?"

தவணைக் கடையில் புடவைகள் அவ்வளவாக ஒன்றும் இல்லை. ஐந்து வருடங்களுக்கு முன் பார்த்த அதே டிஸைன் புடவைகள். புடவைகள் இடம் மாற்றி வைத்திருந்தார்கள். ஸ்டாக் புடவைகளை தள்ளுபடி விலையில் கொடுத்தார்கள். இந்த மாற்றம் மட்டுமே அவர்களுக்கு சாத்தியப்பட்டிருக்கிறது போலும்!

31 விமலன்

பண்டிகை நாட்களில் ஜவுளிக்கடைகளின் முன்பாக லாரிகள் நின்று ஜவுளிப் பண்டல்களை இறக்கியதெல்லாம் ஒரு காலம். ஜவுளிக் கடைகளும், டெய்லர் கடைகளும், இரவின் அகால நேலங்களிலும், விடிய விடியவும் திறந்திருந்ததை இவன் பார்த்திருக்கிறர்ன். அப்போதெல்லாம் திருமணமாகாத விடலைப் பருவம். இரவு “செகண்ட்ஷோ“ சினிமா பார்த்து விட்டு ரோடுகளை வேடிக்கை பார்த்துக் கொண்டு வருவதில் படம் பிடித்த காட்சிகள்தான் இவையெல்லாம்!

வழக்கமாக எடுக்கும் புடவைகளை விட வடக்கத்திப் பெண்கள் அணியும் புடவை டிஸைன் இவன் மனைவிக்கு நன்றாக இருக்கும். ஒரு தடவை மதுரை சென்று எடுத்து வந்திருந்தான். இருநூற்று அறுபத்தைந்து ரூபாய் விலையில்! அன்றைக்கு அவள் பூரித்து வியந்து போனாள். இப்படியான சமயங்களில் பரஸ்பரம் ஒப்படைப்புகள் நடந்து விடுகிறதுதான்!

அந்த சேலையை எங்காவது வெளியில் சென்று வர மட்டுமே உபயோகித்தாள். அந்த சேலை கிழியும் வரை அதை மதுரைச் சேலை என்றே அழைத்தோம். அந்த புடவையின் ரகம் தெரியவில்லை!

அதே மாதிரி ரகம் தெரியாத நல்ல புடவை எடுக்க வேண்டும் மனைவிக்கு என நீண்டநாளாய் எனக்குள் ஒரு ஆசை!

பூங்கொத்து

எங்க இப்படியே ஓடிக்கிட்டே இருக்கீங்க? கொஞ்சம் உக்காருங்க என்றாள் என் மனைவி. பக்கத்து ஊர்ல ஃப்ரெண்ட் வீட்ல விசேஷம் எனச் சொன்னபோதுதான் சொன்னாள். அவள் அப்படிச் சொன்னதன் நோக்கம் வேறென்னவாக இருக்க முடியும்? அவளும் என்னதான் செய்வாள் பாவம். அதிகாலை எழும்போதே இரண்டு இறக்கைகளோடும், ஆறேழு கைகளுடனும் எழுந்திருப்பவள் இரவு தூங்கப் போகும் வேளைகளில்தான் இறக்கைகளையும், கைகளையும் கழட்டி வைக்கிறாள்.

இப்படியான அவளது அன்றாட நகர்வுகளின் ஊடாகத்தான் பிள்ளைகள் தூங்கிப் போன சனிக்கிழமை இரவுகளின் பின் நேரம் வரை பேசிக் கொண்டிருப்போம். இன்று சனிக்கிழமை. மதியம் வரைதானே அலுவலகம்! நேற்று இரவு பனிரெண்டு மணிக்கு மேல் ஆயிற்று! தூங்குவதற்கு! கிஷீழி சேனல் ஈர்த்து உட்கார வைத்து விட்டது. என்னதான் மனைவியை இந்த பதினைந்து வருடங்களில் முழுவதுமாய் பார்த்த போதும் கூட இன்னும் கிஷீழி போன்ற சேனல்களில் ஈர்ப்பு இருக்கத்தான் செய்கிறது.

படம் ஓடிக் கொண்டிருக்கும் உச்சத்தில் பையனோ, பெண்ணோ ஒண்ணுக்கிருக்க எழுந்தால் வேறு சேனலை மாற்றி விடுவேன். இன்று காலை அரைத் தூக்கத்தை தேக்கிக் கொண்டுதான் ஆபீஸ் போனேன். வழக்கம் போலத்தான் அல்லது எங்கும் போலத்தான் நன்றாகப் பார்ப்பவன் தலையில்தானே சுமைகள் எல்லாம்!

கிறக்கிய அரைத் தூக்கமும், உடம்பில் அலுப்பும் வேலை வேகத்தில் பறந்து போனது. எனது அலுவலக வேலையின் தற்போதைய நிலை குறித்து நிறைய கருத்து வேறுபாடு உண்டு எனக்கு! எனது கடைநிலை ஊழியருக்கான வேலையை மட்டும் பார்ப்பவனில்லை நான்.

கிளார்க் வேலை, மேலாளர் வேலைகளில் சிலது என ஆல் இன் ஆல்தான். ஒருசமயம் மூத்த கடைநிலை ஊழியர் ஒருவரை பார்க்கும்போது கேட்டேன். எல்லா கிளைகளிலும் கிட்டத்தட்ட இதுதான் நிலை என்றார். அந்த பதிலும், அனைவரின் ஊக்கமும், தூக்கி வைத்தலுமே என்னை இவ்வளவு வேலை பார்க்க வைத்திருக்க வேண்டும்.

மதியம் நல்ல பசி, இரவு கண்விரித்ததினால் சரியாகச் சாப்பிட முடியவில்லை. சாப்பிட்டதும் பாயையும், தலையணையையும் உடல் தேடியது. "என்னப்பா, இன்னைக்கி ஸ்கூல் லீவு, எங்ககூட வெளையாடாம படுக்கப் போறீங்களே" என்றாள் எனது சின்ன மகள்.

வயது ஒன்பதாகிறது. இன்னும் இரண்டு, மூன்று வருடங்களில் பருவம் எய்திவிடக் கூடும். ஒன்பது வயதை மீறிய சதைப்பிடிப்பான உடம்பு, இல்லாதவன் வீட்டில் இது ஒரு பிரச்சனை. பெண் பிள்ளைகள் நன்றாகவும், கண்ணுக்கு லட்சணமாகவும் இருப்பதில்!

எனது அம்மாவும், அவளது அம்மாவும் அவளை மாறி மாறி கவனிக்கும் அளவு அவளிடம் தனி பாசம்! அவள்

கிட்டத்தட்ட அவர்கள் பிள்ளையாகவே ஆகிப் போனாள். காலாண்டு, அரையாண்டு, முழுப்பரீட்சை லீவுகளிலும் சரி, சனி, ஞாயிறு, லீவுகளிலும் சரி, வீட்டில் உள்ள டி.வி.எஸ். 50ஐ எடுத்துக் கொண்டு கிளம்பி விடுவாள்.

பக்கத்து ஊர் என்றதிலும் எனது ஊர், எனது மனைவியின் ஊர் இரண்டும் ஒன்றுதான் என்றதிலும் இது ஒரு சௌகரியம் போல் இருக்கிறது. மற்றபடி தானாக வந்து சேரும் சௌகரிய, அசௌகரியங்களும், மண்டைக் காய்ச்சல்களும் நிறையவே உண்டு.

காற்று வாக்கிலும் இரண்டு பேரின் அம்மாக்களும் மாறி மாறி வரும்போது சொல்லும் புகார்களும், வார்த்தைகளும், காதை நிரப்பி விடும். நானும், எனது மனைவியும் இதற்காக பெரிதாக சண்டையெல்லாம் போட்டுக் கொள்வதில்லை ஆஸ்பத்திரியில் அவசர சிகிச்சைப் பிரிவுக்கு போகும் அளவு!

வாழ்வின் முக்கால்வாசியை கடந்து விட்ட சனாதன விதவைத்தாய்கள் இருவரும்! எனது மகனும், மகளும் கூட கேட்பதுண்டு. என்னப்பா பாட்டிக ரெண்டு பேரும் மாறி மாறி வந்து புகார் கொட்டிட்டு போறாங்க. நீங்க பாட்டுக்கு கம்முன்னு இருக்கீங்க என்பார்கள்.

புகார்களை எனது மனைவியிடமும் பேச்சுக்களை என்னிடமும் பகிர்ந்து கொள்வார்கள் என் மாமியார். எனது அம்மா அப்படியெல்லாம் இல்லை. திருமணமானதிலிருந்து நான் முழுவதும் மனைவி சொல் மட்டுமே கேட்கும் மைந்தன் ஆகி விட்டேன் என்கிற அசைக்க முடியாத நம்பிக்கை. அதன் அடிப்படையிலேயே அவர்களின் பேச்சுக்களும், செய்கைகளும் அமையும். இவ்வளவு சொல்பவர்கள் சின்னவள் பெரிய மனுசியாகும் சமயம் அவளுக்கென ஏதாவது நகை செய்து தருகிறோம் என்றார்கள்.

வெளையாட வாங்கப்பா என்றச் சின்னவள் அவளது ஸ்கூலைப் பற்றியும், அவர்களது ஸ்கூல் டீச்சர், கிழிந்து போன ஸ்கூல் யூனிபார்ம், அவளது சைக்கிளின் ரிப்பேர் என அடுக்கிக் கொண்டே போனாள். பழைய யூனிபார்ம் ஸ்கர்ட்டும், பெரியவனின் வெள்ளைச் சட்டையையும் போட்டிருந்தாள். அதிகம் வாய் பேச சிறு வயதிலிருந்தே பழகி விடுகிறார்கள் பெண் பிள்ளைகள். விரித்து வைத்திருந்த பாயின் ஓரமாய் உட்கார்ந்திருந்து பேசிக் கொண்டிருந்த சின்னவளின் மடியில் தலை வைத்தவாலே அவளுடன் பேசிக் கொண்டிருந்தவன் எந்நேரம் தூங்கிப் போனேன் எனத் தெரியவில்லை.

பால்க்காரனின் சைக்கிள் மணிச் சப்தம்தான் என்னை எழுப்பியது. பையன் வீட்டின் முன் விளையாடத் தெரியாத கிரிக்கெட் விளையாடும் சப்தம். சின்னவள் அவனுடன்தான் இருந்திருக்க வேண்டும். மனைவி பால் வாங்கிக் கொண்டிருந்தாள். சிவப்புக்கலர் புடவை, அதே கலரில் ஜாக்கெட், பாவாடை அனேகமாய் ரோஸ் கலரில் இருந்திருக்க வேண்டும்.

சேலைக்குக் கீழ் தொங்கி ரோஸ்கலர் நூல் அவள் வலது பாதத்தில் மேல் இழுபட்டது. தவிர அவளிடமிருந்து நாலைந்து நல்ல பாவாடைகளில் அதுவும் ஒன்று. தலையில் மல்லிகைப்பூ, ஒரு முழமிருக்கலாம். நேற்று உதிரிப்பூ விற்று வந்தவரிடம் வாங்கினாள். கட்டியதை பாதியாக்கி இரண்டு நாட்களுக்கு வைத்துக் கொள்வாள்.

காற்றோடு கலந்து வந்த அவளது தலையின் பூ வாசம், அப்பொழுதுதான் குளித்து வந்திருந்த புது வாசனை. திருமணமான இத்தனை வருடங்களில் எங்களில் ஒருவரை ஒருவர் ஈர்த்துக் கொள்ளவும், ஒருவரிடம் ஒருவர் விழுந்து இதயம் தொட்டு கனிந்துருகி விடவும், பூ, புடவை இத்தியாதி, இத்தியாதி எல்லாம் தேவையாய் இருந்திருக்கவில்லை எப்பொழுதும்!

அவளிடம் சொன்னதாக ஞாபகம், இம்மாதிரயிான தருணங்களில்! “பூசணிப்பழம் மாதிரி இருந்தாலும், நீ ரொம்ப அழகா இருக்க“ என்பேன். “ச்சும்மா ரீல் விடாதீங்க“ என்பாள். இரண்டாவது பிள்ளை பிறந்து பின்தான் அவள் உடம்பு இப்படி ஆகிப் போனது. நல்ல இரவு நேரம் இடுப்பு வலி வந்தபோது, ஆட்டோ ஸ்டாண்டில் ஆட்டோ கிடையாது. ரிக்ஷா எதுவும் நிற்கவில்லை.

பையன் நன்றாக தூங்கிக் கொண்டிருந்தான். இவள் பிரசவ வலியால் நெளிகிறாள். பக்கத்து வீட்டின் கதவைத்தட்டி எக்ஸ்க்கியூஸ் சொல்லி விஷயத்தைச் சொன்னபோது அவர்தான் பஸ் ஸ்டாண்ட் அருகே சென்று ஆட்டோ கூட்டி வந்தார்.

அவரது மனைவியையும் உடன் அனுப்பினார். கூப்பி நன்றி சொன்ன எனது கைகளை கீழே இறக்கச் சொன்னவர் வீட்டின் உள் வந்து தூங்கிக் கொண்டிருந்த பையனை தூக்கிக் கொண்டார். மனைவியை கைத்தாங்கலாய் பிடித்து நான் வண்டியிலேற்றியதும், தலையணை பெட்ஷீட், எடுக்க உதவி செய்தார்.

ஆஸ்பத்தியில் நைட் தாண்ட வேண்டும் என்றவர்கள், காலையில் ஆபரேஷன்தான் பண்ண வேண்டும் என்றார்கள். “டெலிகேட் பொஸிஸன், கொழந்த தலப்பு மாறிக் கெடக்கு“ என்றார்கள். பதட்டத்தில் உச்சத்தில் பயத்தை விதைத்து காசு பார்க்கும் வித்தையை கற்று வைத்திருந்தார்கள். சிலது ஞாயமாய், சிலது அநியாயமாய்! சிசேரியன் என்பதால் ஒரு வருடம் ரொம்பவும் சிரமப்பட்டுப் போனாள். வீட்டு வேலைகளில் என் கைகளையும், மனசையும் கலந்தேன்.

குண்டாகிப் போன அவள் உடம்பை குறைக்க எனது நண்பர் ஹோமியோபதி டாக்டர் சேஷாலத்திடம் போய் வந்தோம். எங்களிடமிருந்த பணமும், அவரிடமிருந்த மாத்திரைகளும் குறைந்தனவே தவிர என் மனைவியின்

உடம்பு குறையவில்லை. அவளுக்கானால் ரொம்பவும் கவலையாகிப் போனது. கவலையினால் ஒரு சுற்றுப் பெருத்தாள்.

முகமெல்லாம் அங்கங்கே கருப்புப் புள்ளிகள். நடு மூக்கில் ஆரம்பித்து வாயின் இரண்டு பக்கமும் கறுப்பு வளையமாய் படர்ந்தது! முகம் கொஞ்சம் வறண்டு ஈரத்தன்மையற்று! முதுகில் ஜாக்கெட் இறங்கி பிடிக்கும் இடத்தில், இடுப்பில் பாவாடை கட்டும் இடத்தில், அக்குளில், கழுத்தின் பின்புறம் என அங்கங்கே கருப்புப் புள்ளிகளாகவும், திட்டுத் திட்டாகவும் இஷ்டத்திற்கு பரவிக் கிடந்தது.

பல சமயங்களில் அவள் இதுபற்றி குறைப்பட்டபோது டாக்டரையும், டாக்டரின் வைத்தியத்தையும், சொல்லியே தப்பித்திருக்கிறேன். குறைந்த செலவு, டாக்டர் ப்ரெண்ட் கடன் சொல்லிக் கொள்ளலாம் என்கிற வசதி!

இப்படியான ஒரு சுபயோக சுபதினத்தில்தான் புதிதாக திருமணமான ப்ரெண்ட் மனைவியுடன் வந்திருந்தான். இந்திய, பாகிஸ்தான் அரசியல் உறவுகள் பற்றியெல்லாம் ஒன்றுமில்லை. பேசினோம், பேசினார்கள், ஆண்கள் இருவரும், பெண்கள் இருவருமென ரவுண்ட் கட்டிப் பேசினோம். பிள்ளைகள் அவர்கள் கொண்டு வந்திருந்த சேவு, மிக்சர் பிஸ்கட்டுகளை ஒரு கை பார்த்தார்கள். பேச்சின் ஊடாகாத்தான் எனது ஃப்ரெண்டின் மனைவி சொன்னாள் ஷோகேஸிலிருந்த கிருஷ்ணர் பொம்மையை பார்த்து!

“யக்கா, கிருஷ்ணர், ராதை பொம்மை வீட்டில வைக்கக் கூடாது“ “வீட்டுக்கு நல்லதில்ல“ அடுப்படியிலிருந்த என் மனைவி வேகமாய் வந்து சொன்னவளை ஏறிட்டாள். அவளும் ஆமாம் என்பது மாதிரி தலையாட்டினாள். அப்போதுதான் கவனிப்பவனாய் கிருஷ்ணர் பொம்மையை ஏறிட்டேன். கிருஷ்ணர் பக்கத்தில் நின்றிருந்த ராதையின் தலை உடைத்திருந்தது. உடைந்த தலையுடன் அசிங்கமாய் இருக்குமேவென ஒரு பிளாஸ்டிக் பூங்கொத்தை சொருகி

வைத்திருந்தேன். ஒவ்வொரு மாதமும் ஒரு கலரில் பூங்கொத்து! பொம்மையை பார்த்த மறுகணம் எனது மனைவியைப் பார்த்தேன், யதேச்சையாய்!

அவள் நின்றிருந்த இடத்தில் அவள் உயரத்திற்கு கலர் கலர் பூங்கொத்துகள் ஆடி அசைந்தது!

ஷிரிக்ஷி மூர்த்தி

11866 ஜக்கதேவி நகர்

பிள்ளை விளையாட்டு

அனேகர் இவனை அப்படித்தான் சொல்வார்கள்

அந்த ஆபிஸில்!

"வெளையாட்டுப் பய"

"திரிவான், தடுமாறுனவன் கணக்கா"

"அப்பிடித்தான், அவங்"....

யூகங்களுக்குள் அமிழ்த்தி எடுப்பார்கள் இவனை.

அவர்கள் யூகங்களுக்குள் இவனும், இவன் யூகங்களுக்குள் அவர்களும் பரஸ்பரம் நீக்கமற நிறைந்திருப்பார்கள். வஞ்சகமில்லாமல் வஞ்சகமாய் யூகிப்பதில் வஞ்சகமற்ற சிலரிடமிருந்து தப்பித் தவறி கூட தப்பி விட முடியாது. அந்த அளவுக்கு அவர்கள் யூகங்களின் தலைப்பில் திரிபவன். கனவில் கூட போய் இடைஞ்சல் செய்வான் போலும்! அதான் அவர்கள் யூகங்கள் செயல் வடிவில் உருவெடுக்கும் போது கொஞ்சம் "கெக்கே பிக்கே" என்று கூட இருக்கும்.

அப்படியும் அவர்கள் சொல்வது போலவோ, யூகிப்பது மாதிரியோ, இவன் செயல்கள் எதுவும் வரம்பு மீறியதில்லை.

ஆபிஸின் விதிகளையோ, அதிகாரிகளையோ மதிக்காமல் நடந்ததில்லை. விளையாட்டுத்தனம் இந்த நாற்பதிலும் இவனிடம் குடிகொண்டிருக்கும் பிள்ளைப்பிராயத்து விளையாட்டுத்தனம். அதற்காக கிட்டிக் கம்பு, கோலிக் குண்டு, செதுக்குமுத்து, சகிதமாய் திரிய மாட்டான். "உடம்புக்கு எக்ஸ்ர்சைஸ்" போல மனதுக்கு இந்த மாதிரி விளையாட்டுத் தளங்கள்" என்பான். "டோல்ட் டென்ஷன் ரிலாக்ஸ்" என பாடவும் கூட செய்வான்.

அவ்வளவு விளையாட்டுத் தளங்களிலும், ரிலாக்ஸிலும் தடம் புரவாத, லயம் மாறாத குதிரை ஓட்டம்தான். கடிவாளமோ, பக்கக் கண்ணாடிகளோ, தேவையில்லாத அந்த ஓட்டத்தில் நிதானமும், அழகும் இருக்கும். உழைப்பாளிகளின் செய் நேர்த்தியில் நெறித்துத் தெரியும் அழகு இவன் வேலைகளில் எப்பொழுதும் ஒட்டிக் கொண்டிருக்கும். அது பிறர் மனதை இடறும் பொழுது பிரச்சினை ஆகி விடுகிறது.

தன்னிடம் இல்லாத ஒன்றை பிறரிடம், அதுவும் தனக்கு கீழ் நிலையில் உள்ள ஒருவனிடம் காண நேரும் போது....

"ஊர் குருவிக்கு கூடு எதற்கு கட்டித் தர வேண்டும்" பறந்து பாடித் திரிந்து விட்டு தானாய் கட்டிக் கொள்ளாதா? அதை அங்கீகரித்து இடமளித்தால் தலையில்ல ஏறி அமர்ந்து கொள்ளும். இது இவன் பணிபுரியும் ஆபிஸின் சிலர் கருத்து.

இவனும் அதற்குத் தகுந்தாற்ப் போல் தன்னை நடத்திச் செல்வான். கம்புகள் இல்லாமல கயிறு கட்டாமல் இந்த ஆபீஸில் கழைக் கூத்தாடி வித்தையே கூட நடத்த வேண்டிவரும். நடத்துவான். கவலைப்பட்டதில்லை.

சிலரிடம் அந்நியோன்யம், சிலரிடம் விலகி நிற்றல், சிலரிடம் வணக்கம் சொல்லக்கூட மறுத்துப் போதல், இப்படித்தான் இத்தனை வருடமும் இந்த ஆபிஸ் மொத்தமும் உள்ள நூற்றுக்கும் மேற்பட்டவர்களிடம் உறவு வைத்துள்ளான்.

அந்த உறவில் இன்று லேசான, மிகமிக லேசான உரசல் அவ்வளவுதான்! ஒரு சின்ன சில்மிஷம். ஸ்கூட்டர் ஸ்டெப்னியில் காற்றை இறக்கிவிட்டு விட்டான். அது ஸ்கூட்டருக்கு உரியவர் காதில் போய் தைத்து விட்டது. வலியை இவனிடம் கொட்டி விட்டார். குளவிக் கடி தோற்றுப் போவது.

ஒட்டு மொத்த ஆபிசும் இவனையே எட்டிப் பார்த்தது!

“ஏன் அப்படி செய்தாய்”?

“இனி மேலும் தப்பிக்க முடியாதே“?

குற்றவாளிக் கூண்டு இல்லாமல் விசாரிக்கப்பட்டான். அனைவரும் நீதிபதி ஆனார்கள். ஆளுக்கொரு பேச்சு, ஆளுக்கொரு தீர்ப்பு!

அடுத்தவனின் ஆடையை உருவி அம்மணமாய் நிறுத்துதலில் உள்ள அவஸ்தயை ரசித்தார்கள். ஸ்கூட்டர்க்காரர் ரொம்பவும்தான் சங்கடப்பட்டுப் போனார்.

“இப்படி எல்லோர் முன்னிலையிலும் பேசியிருக்க வேண்டாமோ“?

ஆபிஸிற்குள் போய் விட்டார். இன்னும் ஒரு வாரத்திற்கு ஆபிஸ் முழுக்க இதுதான் சூடாய் பரிமாறப்படும். பரிமாறும் விதங்களிலும், ருசியிலும் கொஞ்சம் மாற்றம் இருக்கலாம்.

அந்த ஒரு வாரமும் மனம் கொஞ்சம் கட்டில் போட்ட மாதிரி இருக்கும் அப்புறம்....

இதுவும் கூட விளையாட்டுக்கும் வினைக்கும், வித்தியாசம் பார்க்காததால் வந்த வினைதான்!

இதுவரை இவன் பேச்சு, செயல், எதிலும் வினையில்லை. இவன் பேச்சின் தொனியே கேலி கலந்துதான் இருக்கும். ஆக்ஷனுடன் தலை அசைப்பான். சத்தம் போட்டு சிரிப்பான். எதற்கு அவ்வளவு சத்தம் என்று அவனுக்கே கூடத் தெரியாது.

இவன் “வாய் விட்டுச் சிரித்தால் நோய் மட்டுமல்ல, கட்டிடமே விட்டுப் போகும்“ என்பார்கள் உடனிருப்பவர்கள். கேலியும், சிரிப்பும், உடன் பிறந்தவை போல் திரிபவன் திடீரென அடைத்து போவான். அப்புறம் சிறிது நேரத்தில் தொடர்ந்து விடுவான்.

ஸ்டாண்டில் நிற்கும் சைக்கிளில் பெல் அடிப்பான். கோணல் மானலாக நிற்கும் சைக்கிள்களை பின்னங்காலால் ஸ்டைலாக மிதிப்பான். ஸ்டெப்னி டயரில் காற்றை இறக்குவான். அங்கிருக்கும் வேம்பு, புளிகளில் தாவி இலை பறிப்பான். கீழே கிடக்கும் வேப்பம் பழங்களை தூக்கிப் போட்டு டென்னிஸ் பந்து போல ஒரு தட்டு. அப்படி தட்டும் போது, எசகு பிசகாய் எதிரில் வருபவர் மேல்பட்டு அசடு வழிந்து நின்ற சந்தர்ப்பங்களும் உண்டு. ஏதாவது ஒரு பாட்டு எந்நேரமும் வாயில் ஹம்மிங்கிலேயே இருக்கும். எதிலும் ஒரு சின்னத் தட்டு. விரல்களை லயமாய் நிண்டுவான். டைப் மிஷினில் இவன் விரல்களின் தூண்டுதலால் லெட்டர்களின் அர்த்தம் அனர்த்தமாகி அதிகாரிகள் மேல் மட்டங்களில் வாங்கிக் கட்டிக் கொண்ட கதையெல்லாம் கூட உண்டு. அம்மாதிரி நேரம் மனதைக் கொஞ்சம் கட்டிப் போடுவான். அப்புறம் மனதை லூஸ்..லூஸ்..லூஸ்... என அவிழ்த்து விட்டு விடுவான். ஃபேண்ட், சர்ட்டின் வளைவான மடிப்புகளில் விரல்களால் ஓவியம் தீட்டுவான். லெட்ரினில் ஒண்ணுக்கு இருக்கும் போது சுவரில் படம் போடுவான். அடிக்கடி முகம் கழுவி தலைசீவிக் கொள்வதிலும் ஒரு சின்ன சேட்டை இருக்கும். சீப்பை வலது கையிலெடுத்து இடது கைக்குப் போட்டு, இடது கையிலிருந்து வலது கைக்கு மாற்றி சீவுவான்.

டக், டக் என தரை அதிர வேகமாய் நடப்பான். எந்நேரமும் ஏதோ பரபரப்பில் இருப்பது மாதிரி தோன்றுவான். இவன், பரபரப்பையும், தோற்றத்தையும் பார்ப்பவர்கள் வாய்க்குள்ளேயே சிரித்துக் கொள்வார்கள். எந்நேரமும் இளங்கன்றின் துள்ளலாய்த்தான் திரிவான். அது அனேகரை உறுத்தி மனம் கோண வைக்கும்.

“வேலைக்கு வந்த இடத்தில் என்ன துள்ளல்? பத்து டூ அஞ்சு, சாவி கொடுத்த மனிதனாய் இயங்க வேண்டியதுதானே“?

இது ஆபிஸின் சிலர் பேச்சு!

இயல்பாய் இருப்பவனிடம் துள்ளலும், விளையாட்டு தனமும் எப்படி இல்லாமல் இருக்கும்? ஆபிஸிற்கென ஒன்று, வீட்டிற்கென ஒன்று என எப்படி முகத்தை மாற்றி வைத்துக் கொள்ள? என்பது இவன் வாதம்.

பரஸ்பரம் இத்தனை வாதப் பிரதிவாதங்களுக்கு மத்தியிலும் “இவன் இருந்தா ஆபிஸே கலைகட்டும்பா“ என்பவர்களும் உண்டு. அப்படி சொல்பவர்கள், சொல்லாதவர்கள் யாரும் வித்தியாசமில்லை. இப்போது எல்லோரின் பார்வை, பேச்சு, சைகை எல்லாம் ஓஸோன் தடுப்பையும் உடைத்து வந்தது மாதிரி சேர்ந்து தாக்கியது.

அன்று விளையாட்டுப் பருவத்தில் அப்பாவிடம் வாங்கிய பேச்சும், பட்ட அவமானமும், இன்று இவர்கள் ரூபத்தில் தொடர்வதாய்ப்பட்டது. மீசை முகத்திலும், ஆசை மனசிலுமாய் அரும்பித் திரிந்த வாலிபப் பருவம். நிர்பந்தத்திற்காய் உழைபபின் தளங்களில் கால் பதிக்க வேண்டிய அவசியம். உழைப்பின் உலையில் சொருகப்பட்டு பதப்படுத்தப்பட்ட எஃகுக் கம்பியாய் இருந்த இவனில் விழுந்த ஒவ்வொரு அடியும் இவனை நிமிர்த்தியது. இறுக்கியது. கூர்முனைப்படுத்தியது. இவனிடம் சிறகடித்துப் பறந்த கலர் கலரான கனவுகள், ஆசைகள், எல்லாவற்றையும் மனதுள் புதைத்துக் கொண்டான். இவனது சிந்தனை, பேச்சு, செயல் எல்லாமே விவசாய வேலைகளைப் பற்றியதாய்த்தான் இருந்தது. தோட்டங்களில் மண்பிளந்து, வளர்ந்து கிடக்கும் செடி, கொடி, மரங்களோடு சமமாய் பரவிக் கிடந்தான். தோட்டம், அங்கிருக்கும் செடி கொடிகள், அதன் பச்சையும், மஞ்சளும், வெளிர்ப்புமான வாசனை நிறங்கள், மரங்கள், அதன் ஆ.... வென்ற கிளைப்பரப்பில் தெரியும் அர்த்த,

அர்த்தமற்ற உருவங்கள், கோடுகிழித்து கட்டம் கட்டியது போல் உள்ள பாத்திகளின் கரைகளில் பொதும்பி, பொறிந்து சாமி கோயில் கோபுரக் கலசங்களாய் நிற்கும் மண் உருண்டைகள், கிணறு, மோட்டார் ரூம் இவைகளோடு வேர் விட்டு தனித்தீவாக ஆகிப்போனான்.

விடிந்தெழுந்தால் தோட்டம், ஆடு, மாடு இப்படி சங்கிலித் தொடராய்த்தான் நகரும் இவன் அன்றாடப் பாடு. இவன் வயதிற்கு குறும்பாய்த் திரியும் சகபையன்களோடு கூட இவன் சேர்க்கை இருந்ததில்லை. அதனால், நேரமும், வேலையும், பாதிக்கப்படும் என நம்பினான். இவன் அறிந்து வைத்திருந்த அதிகப்படியான மனித உறவு தன் குடும்பம், தன் சித்தப்பா குடும்பம் என நெருங்கிய வட்டம்தான் அதிலும் கூட "என்ன என்றால் என்ன"? அந்த அளவுக்கு தான்.

இடுப்பில் ட்ரவுசர், அதன் மேல் அர்ணாக்கயிறு, தோளில் அழுக்கேறிய துண்டு, உழைப்பால் உருக்கேறி கறுத்து ஒடுங்கிய தேகம், வாயின் இரண்டு பக்கமும் வெந்து, வெளுத்து, உதடு வெடித்து, தலைகலைந்து போய் இருக்கம் இவனை சின்னப் பிள்ளைகள் கூட ஈஸியாய் அடையாளம் சொல்லும்.

அந்த அடையாளம்தான் இவனை வாழ்வின் சகல யதார்த்தங்களிலிருந்தும் தள்ளி வைத்து விட்டது. ஒரு கல்யாணம், ஒரு எழவு வீடு... எதுவும் கிடையாது. மனித சஞ்சாரங்கள் அற்று தவித்து நின்று இவன் தனது சுகம், துக்கம், விரக்தி, எல்லாமே அஃறிணைகளோடு மட்டுமே பகிர்ந்து கொண்டான்.

தோட்டம், காடு, ஆடு, மாடு என இவன் வேர் விட்டுப் பரவி, கால் பாவிநின்ற தனித் தீவிலிருந்து விலகி இந்த ஆபிஸிற்கு வேலைக்கு வந்த போது, மனித முகம் பார்க்க, பேச, கூசி அச்சப்பட்டு அவர்கள் கேட்கும் கேள்விகளுக்கும், பேசும் பேச்சுக்கும் இவனுக்குள்ளாகவே பதிலைப் பிறப்பித்துக் கொண்டு, சொல்லிப் பார்த்து பேசிப் பார்த்து...

பிறந்த குழந்தை தவழ்ந்து விழுந்து சுவர் பிடித்து நடைபழகுவதுபோல், இவனும் மனிதர்கள் முகம் பார்த்து திக்கித் திணறி சிரித்துப் பேசி, பழகி ஸ்நேகம் பிடித்து...

இன்று பழம் தின்று கொட்டை போட்டவனாய் இந்த ஆபிஸில்! கொட்டையை பொறுக்க காத்திருக்கும் மனிதர்களாய் சுற்றி நின்றவர்கள்!

“என்னய்யா நீரு? தேவையா ஒமக்கு? இந்த நாப்பது வயசுக்கு மேல ஏம்யா ஒமக்கு இந்த வெளையாட்டுப் புத்தி“? கேட்டு விட்டு கலைந்து விட்டார்கள். சுவற்றில் அறைந்த ஆணியாய் இவன்!

“நேரங்கெடைக்கும்போது வெளையாடுறேன்.

இதுல வயசு என்ன வயசு“?

மீசை அரும்பித்துறுதுறுத்த இளம் பருவத்து உழைப்பின் நாட்கள் இவனுள்!

விருதுநகர் 626 001.
கொட்டாப்புளி

இதோ இந்த ஒன்பதாம் நம்பர் டவுன்பஸ்ஸில் ஆளுயர டிசைன் கண்ணாடி கிளாஸை தன் மடியில் வைத்து அமர்ந்திருக்கிறாரே அய்யப்பன், இவரை கடந்த பத்து வருடங்களாக எனக்குத் தெரியும். பின்ன பத்து வருடங்கள் ஒரே ஊரில் வேலை பார்த்தால் யாரைத்தான் யாருக்குத் தெரியாது.

ஐந்தடி உயரத்தில் கருப்பாக உருட்டுக் கட்டைக்கு கையும், காலும் முளைத்தது மாதிரி இருப்பார். ஊருக்குள் எங்கு எதிர்பட்டாலும் சார் வணக்கம், ஒரு பளீர் சிரிப்பு. போய் வருகிறேன் என்பதற்கு அடையாளமான தலையசைப்பு. தலையை கவிழ்ந்தவாறு போய் விடுவார்.

ஐம்பது, அறுபது ரூபாய்க்கு மிஞ்சிப் போகாத கட்டம் போட்ட கைலி, குப் கலரில் கை வைக்காத பனியன்! கழுத்தைச் சுற்றி தோளில் தொங்கும் குற்றாலத் துண்டு! இதுதான் அவரது அதிகப்படியான காஸ்ட்யூம்! எனக்கு மட்டுமல்ல, அவரை நினைத்தால் மனதில் ஓடிவரும் உருவமாக இப்படித்தான் எல்லோருக்குள்ளும் பதிவாகியிருக்கிறார்.

அன்று சனிக்கிழமை தானே, மதியமே ஆபிஸ் முடிந்து பஸ் ஏறி விட்டோம். இரண்டு நாற்பத்தைந்து மணிக்கு வரவேண்டிய பஸ் மூன்றே காலுக்குத்தான் வந்தது. மனதிற்குள்ளேயே வைதவாறாக பஸ் ஏறினோம். வெளிப்படையாகத் திட்டினால் முதுகில் டின்தான். அப்புறம் அதை கட் பண்ணி எடுக்கிற வீண் செலவு, கால விரயம்... அதை எல்லாம் தவிர்க்கும் முகமாகவே இப்படியெல்லாம்....

"என்னிய்யச் சொல்றீங்க" என்பார் உடன் வேலை செய்யும் சக ஊழியர். "என்ன செய்ய சொல்றீங்க" என்பதுதான் அந்த விரிவான சொற்பிரயோகத்தின் சுருக்கமான அர்த்தமாம். அதுமாதிரிதான் எங்கள் நிலைமையும் கிட்டத்தட்ட "என்னிய்யச் சொல்றீங்க?"

மேனேஜர் முன் வாசல் வழியாகவும், கேஷியர் பின் வாசல் வழியாகவும், முன்னா, பின்னா என தவித்து கட்டம் ஏறிய பின் கடைசி ஆளாக பின் வாசலில் ஏறினேன். படியில் பெயர்ந்து நின்ற அலுமினிய பட்டையில் என் கால் பெருவிரல் எத்துப்படவும், கண்டக்டர் விசில் கொடுக்கவும் சரியாக இருந்தது.

ஊதா்க்கலர், வெளிப்பச்சை என வர்ணம் பூசிய பஸ். தி.சி. க்கு போய் வந்திருக்கும் போல! கூட்டம் அதகமாய் இருந்ததால் நான் படியிலேயே நின்று கொண்டேன். பஸ்ஸினுள்ளே பால் கேன்கள் பத்து இருபதாவது இருக்கலாம். இந்த டயம் வண்டியில் இது ஒரு சௌகரியம் பால் டிப்போக்காரர்களுக்கு!

பால் கேன்களில் தலையில் தொங்கிய சிகரெட் அட்டையில் பெயரைப் பார்த்து ஏதோ குறித்துக் கொண்டவாறும், டிக்கெட் வாங்கியவாறும், கொடுக்கப்படாத சில்லறை காசுக்களுக்காய் இறைந்தவாறும், சிரித்தவாறும் வந்த கண்டக்டர் டிக்கெட் கேட்ட சப்தத்தை மீறி என் மேல் வந்து மோதியது அந்த சப்தம்! சார் உள்ள யெடம் இருக்கு வந்து உட்காருங்க, எட்டிப் பார்த்தேன்.

அட.... சாட்சாத் நம்ம அய்யப்பனேதான்! எப்படி இவர் பஸ்ஸிற்குள்? இந்த ஸ்டாப்பில் ஏறாத இவர் எங்கிருந்து முளைத்தார்? அருகில் போனதும் வணக்கம் சொல்லி விட்டு அவர் சீட்டின் அருகிலிருந்து மூட்டை மேல் அமரச் சொன்னார். “என்ன மூட்டையோ, என்னமோ, இது வேற, சும்மாவே ஒடம்பு வள்ளலா இருக்கு, இந்த லட்சணத்துல...

ஸ்டாப்...., எனது யோசனையை தொடர விடாமல் சிவப்பு சிக்னலில் நிறுத்தியவராய் பருத்தி மூடைதான் சார், சும்மா ஒக்காருங்க என்றார். உட்கார்ந்ததும் அவர் உயரமாகவும், நான் தாழ்வாகவும் தெரிந்தேன்.

சுருட்டி உட்கார வால் எல்லாம் இல்லை. “சா ஏங் சீட்ல உட்காருங்க“ என்றவரை தவிர்த்தபோதுதான் சொன்னார். “இந்த நேரம் இங்க கூட்டமா இருக்கும் சார். அதான் பக்கத்து ஊர் ஸ்டாப்புல போயி ஏறி வர்றேன். கையில வெலக் கூடுன பொருள் வேற, அதான்....“ என்றார்.

கைலியை அரை மடிப்பாக ஏற்றிக் கட்டியவாறு அமர்ந்திருந்த அவர் மடியில் தான் கண்ணாடியை நிறுத்தியிருந்தார் செங்குத்தாக! ஆறடி உயரம் இருக்கும் அந்த மஞ்சள் கண்ணாடியில் பூ வேலைப்பாடுகளையும், டிஸைன்களையும் வெறித்தவாறு இருந்த என்னிடம் அவர் சொன்னது தான் இது! வாங்குறதுக்கு ஆள் இல்லாம, வெலை போகாம கெடந்த வீட்ட, மெட்ராஸ்க்காரர்தான் வாங்கினாரு போன மாசம். அவருதான் இப்ப வீட்டப் பூராவும் இடிச்சுக் கட்டுறாரு.

அந்த வீட்டு ஜன்னலுக்கான கண்ணாடி இது! ஆசாரி அளவு குறிச்சி குடுத்துருக்காரு. நா டவுன்ல போயி அறுத்துட்டு வரணும் என்றார். அவ்வப்போது பிரேக்கிட்டு குலுங்கிய பஸ்ஸின் ஆட்டத்தின்போது ஆடிய கண்ணாடியை நானும் ஒரு கை பிடித்துக் கொண்டேன். பின்னே கீழே விழுந்து உடைந்து விட்டால், சிதறிக் கிடக்கும்

சில்லுகளில் நானும், அய்யப்பனும் தனித் தனியாய்த் தெரிவோம்.

இப்படியெல்லாம் தனித் தனித்தனியாகத் தெரிந்து, தனித்தனி தீவுகளாய் வாழ்ந்து, தனித்தனியாய் சிதறி அப்படியெல்லாம் வேண்டாமே... ப்ளீஸ்! என்றுதான் எனது கை கண்ணாடியின் மேல்! திறந்தும் மூடியவாறுமிருந்த பஸ்ஸின் ஜன்னல் வழியாக வந்த ஜிலு ஜிலு காற்று உடல் தொட்டு லேசாக முடியை மோதிக் கலைத்தது.

மழை காலமாதலால் காற்றுடன் குளிரின் வாசமும் நடமாட்டமும்! இதற்காகத்தானே ஆசைப்பட்டாய்..., என கேட்பது மாதிரியான ஃக்ளைமேட்! பஸ் போகும் வழியெங்கும் இருபுறமும் காடுகளில் போர்த்தப்பட்டுக் கிடந்த பச்சைகள்.... பச்சைகளில் சிலது வெளுத்தும், நுனி கருகியும், திருகிப் போயும் கிடந்தது.

"சார் இத கவனமா புடிச்சிக்கணும், இல்லாட்டி இங்கிட்டு முன் சீட்டு மேல சாஞ்சிரும். அவரின் பேச்சு வெளியில் எக்கி வேடிக்கை பார்த்துக் கொண்டிருந்த என் பார்வையை திருப்பியது. "இது சார், கொழந்தய வச்சிருக்க மாதிரி சார். அதான் மடி மேல வச்சிட்டு..., நம்ம மடிய கண்ணாடி அறுத்தாலும் பரவாயில்ல, ஆனா கண்ணாடிக்கு சேதம் ஆகக் கூடாது. ஏன்னா, என்னைய நம்பி குடுத்துருக்காங்க பாத்திங்களா, அந்த நம்பிக்கைக்கு பங்கம் வராம பாத்துக்கணும் சார்!

மடித்து கட்டியிருந்த கைலிக்கு வெளியே தெரிந்த காக்கி டவுசர். அதுதான் தனக்கு லாயக்கு என லாஜிக்காகப் பேசுவார். அழுக்குத் தெரியாம இருக்குற காக்கி டவுசருதான் அதிகமா சலவைக்கு சோப்புச் செலவு இழுத்து வைக்காது என்கிறார். அவர் மகனுக்கும் அதே கலரில்தான்! இவருக்கென எடுக்கையில் அவனுக்கும் ரெண்டு ட்ரவுசர்களுக்கான துணி! இல்லையென்றால் ஒரே ரகளைதான்!

உண்ணாவிரதத்திலிருந்து.... வீட்டிலேயே 144 உத்தரவு போடுமளவு பண்ணி விடுவான்.

அக்கம், பக்கம் தெரு அத்தனையும் கூடி வந்து சமாதானம் சொன்னாலும் கூட ம்ஹீம்! "எனக்கு ட்ரவுசர் வேணுமின்னு தெரியுமில்ல அவருக்கு"? என்பான். "அட, அரை கொற வாயா? என புலம்பியவாறு போவார்கள், வந்தவர்கள், ஆனால் அவன் அதற்கெல்லாம் கவலைப்படுகிற மாதிரி தெரியவில்லை!

பிறந்ததிலிருந்து இப்படித்தானாம். மழலைப் பேச்சு கேட்க காத்திருந்தவர்களுக்கு அவனின் ஆறாம் வயதில் வந்த பிஞ்சுப் பேச்சு இப்படித்தான் பிய்த்துப் போடப்பட்டு! சிறிது நாட்களில் காதும் கேட்கவில்லை என்கிற தகவலை அறிந்ததும்...! அறிந்தும்தான் என்ன செய்ய பாவம்? அப்படி என்னதான் செய்து விட முடியும் அவர்களால்? கடவுள்தான் எல்லாமே, ஈ.என்.டி.உட்பட, என அவரின் மேல் பாரத்தைப் போட்டு விட்டார்கள்.

மழைக்கு ஒழுகும் மண் வீட்டையும், அன்றாட வாழ்க்கைப் பாட்டையும் அது இழுக்கும் திசையெல்லாம் பின்னாடியே நூல் பிடித்து சென்று கொண்டிருப்பதே அவர்களது பிரதான வேலையாய் இருந்த போது..., விட்டு விட்டார்கள் விதியே என்று! சரியாக பேச வராத, காது கேட்காத அவனுக்கு படிப்பு எதற்கு? என்கிற அனாவசிய கேள்வியையும், போதனையையும் அவன் குடும்பமே ஏற்றுக் கொள்ளும்படி விதைத்தார்கள். விளைவு திரிகிறான் "ட்ர்ரரிய மேல் டன்னன்" ஆக!

டேய் கரியமேலு என்று எல்லோராலும் செல்லமாகவும், சப்தமாகவும் கூப்பிடப்படும் பதினெட்டு வயது கரிய மேல் கண்ணன். பேச்சில்தான் இப்படியே தவிர வேலை என இறங்கிவிட்டால் ஜெட் வேகம்தான். காட்டு வேலை, கட்டிட வேலை, எடுபிடி எதற்கும் ஓடுபவன். அவனின் உழைப்பிற்கு

உரிய சம்பளம் என்று பார்த்தால் மற்றவர்களை விட இரண்டு மடங்காவது தர வேண்டியிருக்கும் குறைந்தபட்சம்!

அந்த வேகமும், வேலை சடுதியும், தினசரி காலை ஐந்து மணியிலிருந்து ஆரம்பமாகும். ஊசல் கடைதான் அதற்கான பிள்ளையார் சுழி! தினசரி இருபத்தைந்து குடம் தண்ணீர் எடுப்பான் சைக்கிளில் கட்டி! அதற்குக் கூலியாக எட்டு இட்லி, ரெண்டு மொச்சை, ரெண்டு வடை!

காலைச் சாப்பாடு முடிந்து சுழலும் அவன் வாழ்க்கையில் ஏதும் வேலையற்ற தினங்களில் ஊசல் டீக்கடையும் அவர் தரும் சில்லறைச் சலுகைகளுமே அவனை அந்த இடத்தில் இருத்தி வைக்கவும் பொழுது போக்கிற்கான இடமாகவும் அவனை எண்ண வைத்தன. இதை விட்டால் அவனது காலை சாப்பாடு இவ்வளவு ருசியாக வேறு எங்கு அமையும் என்கிற கேள்வியும்தான்!

மில்காரர் வீடு, போலீஸ்காரர் வீடு, எஞ்சினியர் வீடு.... இன்னும் இன்னுமான நிறைய வீடுகளிலும், நிறைய பேருக்குமாய் அவன் செய்யும் சில்லறை வேலைகளுக்கு ஏதாவது சில்லறைகள் கிடைக்கும். டீக்கடைக்காரர் ஊசலும் லேசுப்பட்ட ஆள் இல்லை. “ஏலேய் அங்கிட்டெல்லாம் போய் காசுக்கு வேல பாத்துட்டு திங்கறதுக்கு மட்டும் இங்க வந்துர்ற“ என்பார் பெருங்குரலெடுத்து, பொய்யாக கை ஓங்கியவாறு!

அவனும் பொய்யாக பாவ்லாக் காட்டி உடலைக் குறுக்கி ஓடி ஒளிவான். அவன் கை கழுவிவிட்டு வருவதற்குள் அவனுக்கான காலை உணவு இலையில் ரெடியாய்! அவனது தந்தை அய்யப்பனும் அதையேத்தான் சொன்னார். அங்கன வீட்டச்சுத்தீட்டே கெடக்குறதுக்கு இங்க இருக்கட்டும் சார்.

“ஓடட்டும் இப்பிடியே கொஞ்ச நாளு, நான் வேலை பாக்குற ஆசாரி கிட்ட கேட்டு வச்சிருக்கேன். சம்மதம் சொல்லீட்டார்ன்னா அப்பிடியே அந்த வேலையில இழுத்து வுட்ரலாம் சார்“

என்னத்தையோ அவன் பொழுதும் ஓடிக்குரம் சார் என்றார். "ஏங் அவங்க தாத்தா கிட்ட செருப்பு தைக்கிற வேலைக்கிப் போயிக்கிட்டு இருந்தது என்ன ஆச்சு?" நான்! என்ன சார், வருஷமெல்லாம் அந்தத் தொழிலத்தான் பாக்குறோம். அதுலயிருந்து மீண்டு வந்து வேற தொழிலு ஏதாச்சும் ஒண்ணுக்கு போகணும்னு ஒரு சின்ன ஆச சார். அதான் என்றார்.

இப்படியும் அவுங்க தாத்தா இருபது ரூபா சம்பளம் தர்றாரு. ரெண்டு நேரத்துக்கு டீ ஓடி அடைஞ்சிருது. காலைச் சாப்பாடு இங்கன கடையில, மத்தியானமும் ராத்திரியும் வீட்டுல, என்னத்தையோ கால் வயிறு, அரை வயிறுன்னு ஓடிக்கிரும், அவனுக்கும் ஒரு தொழில் ஆயிக்குரும்தான்!

ஆனா எனக்கு ஒரு ஆச, அங்கிட்டுயிருந்த பிச்சு கொண்டு வந்து இங்கிட்டு சேத்துப் பாப்பமே அப்பிடீன்னு என்றார்! "அப்ஜெக்ஷன்" அய்யப்பன் என்கிற ரீதிலெல்லாம் கடுமையான குரலில் எனது மறுப்பை பதிவு செய்யவில்லை. எதற்கும், எப்படியும் இருந்துவிட்டுப் போகட்டும் என்பது மாதிரியான ஒரு மிடில் கிளாஸ் தலையாட்டல் சிரிப்பு.

ஆனால் ஊருக்குள் எல்லோரும் இவனுக்கு எதுக்கு இந்த வேல என்கிறார்கள். வர்ற வருமானத்த வச்சி ஒழுக்கமா பொழைக்கத் தெரியாம இப்பிடி வேத்து தொழில் தேடி அலைஞ்சா... அவனையெல்லாம் செருப்புட்டு நாலு போடனுமப்பா என்கிறார்கள். இதை அய்யப்பனின் காதுபடவே பலர் பேசியதுண்டு. "சொல்றவுங்க சொல்றாங்க சார், பேசுறவுங்க பேசுறாங்க சார், நமக்கு கண்ணு பொழப்பு மேலதான் இருக்கணும் சார்" என்று எப்பொழுதோ சொன்னது இப்பொழுது பஸ்ஸினுள் வந்த காற்றோடு கலந்து!

பஸ்ஸின் பின் வரிசை கண்டக்டர் சீட்டில் அமர்ந்திருந்தவர் அக்கம், பக்கம் திரும்பிப் பார்த்தவராய்

சப்தம் குறைத்துச் சொன்னார். சார் இந்த கண்ணாடி மேல கோடு போட்டிருக்கு பாத்தீங்களா. அது மாதிரிதான் என்னையும் கோடு போட்டு ஒதுக்கி வச்சிருக்காங்க தச்சுப் பட்டறையில! என்கிறார்.

ஆனால் எங்களைப் பார்க்கும்போது தவறாமல் சொல்லுவார் கண்ணுசாமி ஆசாரி. "என்ன சார் வேல பாக்கத் தெரியும் இவனுக்கு? சும்மா அத தூக்கி இங்க போட, இதத் தூக்கி அங்க போடங்குற மாதிரி மொரட்டு வேலைக்குத்தான், மத்தபடி நெளிவு, சுழிவா எந்த வேலையும்.... ம்கூம்! நானும் குடுக்கறதில்லை. அவனும்செய்யுறதில்ல! என்பார்.

அய்யப்பன் வேலை பார்க்கும் தச்சு பட்டறையில் சொந்தக்காரர்! அவருக்கும், ஆறுமுக நாத ஆசாரிக்கும் தான் எப்பொழுதும் தொழிலில் போட்டி! போட்டிதான் போட்டியாக இருந்ததே தவிர அவர் பட்டறையின் இழைப்புளி இங்கு இழைக்கும். இவர் பட்டறையின் கொட்டாப்புளி அங்கு அடி வாங்கும். இருவருமே என்றும் பேச்சாலும், உளியாலும் ஒருவர் கழுத்தை ஒருவர் அறுத்து.... ஊஹீம்! இருவருமே ஊர் மந்தையில் எதிர் எதிரேதான் ஷெட் போட்டிருந்தார்கள்.

சென்ட்ரிங் பலகைகளிலிருந்து மற்ற எல்லாவற்றையும் அடைத்து வைக்கவும் வேலை செய்யவுமான தொழில் கூடம் அது! அந்த இரண்டிலுமாய் மாறி மாறி வந்து போய்க் கொண்டிருந்த எத்தனையோ நபர்களுக்கு மத்தியில் அய்யப்பன் கடந்த ஐந்து வருடங்களாய் கண்ணுச்சாமி ஆசாரி பட்டறையின் எல்லாவற்றோடுமாயும், அய்யப்பனைப் பற்றி அவர் அடுத்தவர்களிடம் பேசும் பேச்சுக்களை அறிந்தவராயுமாய்? சில நேரம் உண்மையாகவும், சில நேரம் உப கதைகளாகவும், இட்டுக்கட்டி வருகிற அவரது பேச்சுக்களையும், கதைகளையும் அறிந்த அய்யப்பன் தினசரி காலை காலனியிலிருந்து கிளம்பி அவரிடம் போய் நிற்கிறார். ரம்பமும், கொட்டாப்புளியும், ஆணியும், சுத்தியலுமாக காட்சி

தரும் அய்யப்பன் அவரது மகனையும் எப்படியாவது கொய்யாக்கட்டை அடிக்கவும், மரம் இழைக்க பழக்கவும் விரும்புகிறார். என்றாவது இது சாத்தியப்படும் என்கிற நம்பிக்கையை அவர் மனதில் ஆணி அடித்து இறக்கியிருக்கிறார். அவரது நம்பிக்கையும், உழைப்பும், என்றாவது ஒருநாள் அந்த ஊர் ஒரு காலனியில் அய்யப்பன் தச்சுப் பட்டறையாக உருவாகி விடாதா என்கிற நம்பிக்கைதானே? அந்த நம்பிக்கை அய்யப்பனை போல எனக்கிருக்கிறது! உங்களுக்கு?

தகிப்பு

தீபாவளி, பொங்கல் பண்டிகை என்றாலே அந்த ஊருக்கு வரும் பஸ்ஸைப் பார்த்து தெரிந்து கொள்ளலாம். பச்சை படர்ந்த வயல்களும், தோட்டங்களும், விரிந்து கிடந்த காடுகளில் நெடித்து விரிந்து நின்ற மரங்களும், ஊர் ஓர உயர்ந்த கண்மாய்க்கரையும் இருந்த அந்த ஊர் நகரத்தின் அருகாமையை அமைந்து போனது தற்செயல் விபத்தே!

கண்மாய் கரையில் நின்ற ஆலமர விழுதின் நுனியில் தெரிந்த இளம் பச்சை குருத்துக்கள்... நகரத்து நாகரீகமும், நகரத்து கலாச்சாரமும் அதன் பாதிப்பும் நிறையவே உலா வந்த ஊருக்கு ஒரு நாளைக்கு பதினைந்து தடவைக்கு மேல் டவுண் பஸ்ஸும், ரூட் பஸ்ஸுமாய், மாறி மாறி வந்து போனது.

இரண்டு நாட்கள் முன்பாகத்தான் யிரிவிஸி. பஸ் டிரைவர் வேல்பாண்டி சொன்னார். "நாள லீவு போட்டுட்டு நாளன்னைக்கு வண்டிக்கு வரணும். வண்டியே சில்லுன்னு பூத்து கெடக்குமில்ல, இளஞ்சிட்டுக்களும், அதுவுமா" என்றார். நன்றாய் பழகிய டிரைவர் இப்படி பேசுகிறார் எனும் போது கொஞ்சம் வலியும், வருத்தமும் தான்.

அவர் குறிப்பிடும் சிட்டு ரகங்களில் அவரது அக்கா, தங்கை, மகளை சேர்த்துக் கொள்வாரா எனத் தெரியவில்லை. அப்படியெல்லாம் அட்ஜஸ்ட் ஆகி சொந்தங்களை, உடன்பிறப்புக்களை ஒதுக்கிவிட்டு இதரர்களை ஈஸியாய் பேசும் மனதும், வாயும் அனைவருக்கும் இருக்கிறதாய்த்தான் தெரிகிறது ஏதாவது ஒரு விஷயத்தில்!

எந்த பண்டிகையிலும் இந்த மாதிரி இல்லை. ஐந்து ஜோடிகள் பண்டிகைக்காய்.

ஐந்தில் நான்கிற்கு தலை பண்டிகையாம் இது! ஒரு ஜோடிக்கு விட்ட குறை, தொட்ட குறையாம்! போன பண்டிகைக்கு கொடுத்த லட்டில் ஒன்று குறைந்து போயிருக்கலாம். அதற்காக வந்தவர்கள் என்றார்கள் ஊர்க்காரர்கள்.

அதென்னவோ மாமனார் வீடென்றால் அப்படி நினைக்க ஆரம்பித்து விடுகிறார்கள். கடலில் தெலாப் போட்ட கணக்காய் எனவும் பேசிக் கொண்டார்கள்.

பஸ்ஸில் வந்திறங்கிய கூட்டத்தையும், புது ஜோடிகளையும் அப்படியெல்லாம் கூட வெறித்துப் பார்க்க முடியுமா எனத் தோன்றியது.

கையில் வைத்திருந்த டீக்கிளாஸையும், டீக் கிளாஸிற்கும், வாய்க்குமான இடைப்பட்ட தூரத்தையும், சுற்றியிருந்த மனிதர்களையும் கடையின் பரபரப்பையும் மறந்தவனாய் நின்றவனிடம்தான் நான் அப்படி ஒரு கேள்வியைக் கேட்டேன்.

“என்ன வடிவேலு அண்ணே, பண்டிகையெல்லாம் வந்திருச்சா“ எந்த வம்பு தும்பும் இல்லாத பிளாட்டான கேள்வி. நரகாசுர வதத்தில் வெற்றிக் கொண்டாட்டத்தை எதிர் நோக்கிய கேள்வி. ஆனால் பாவம் அவன் முகம்தான் சுண்டிப் போனது. சட்டென மாறிப் போன முகத்தில் சிரிப்பின் சமாளிப்பு.

வடிவேலும், கனகம்மாவும் திருமணம் செய்து கொண்டபோது பாதிப் பேருக்கு அதிர்ச்சி காய்ச்சல் ஊருக்குள்! ஆனால் எந்த பிரளயமும் நடந்து விடவில்லை. இருவரும் பக்கத்து, பக்கத்து ஊரைச் சேர்ந்த தாழ்ந்த ஜாதி ஏழைகள்! பூத்துக் கிடந்த தடாகத்து மலர்ச் செடிகளாய் இரண்டாயிரத்துச் சொச்சம் தலைக்கட்டுகள் (குடும்பங்கள்) கொண்ட அந்த ஊரில் என்னதான் இல்லாமல் இருந்தது.

ஒரு அரசு லைப்ரரி, ஒர் அரசு உயர்நிலைப் பள்ளி கம்ப்யூட்டர் படிப்புடன், அரசு ஆரம்ப சுகாதார நிலையம், டெலிபோன் எக்ஸ்சேஞ்ச், போஸ்ட் ஆபிஸ், வங்கி என சகல சம்பத்துக்களுடன் இருந்த அந்த ஊரில்தான் கனகம்மாள் குடும்பத்தாரும் இருந்தார்கள். இல்லாத ஏழை ஜனங்களுக்கு வாய்க்கப்பட்டது ஊர் ஓர கிழக்குத் தெரு வசிப்பிடம்தானே! அந்த முறைப்படியே கனகம்மாவின் வீடும்! பூசப்படாத செங்கல் சுவர் வீடுகளாலும், கூரை வேய்ந்த மண் சுவர் வீடுகளும், மொட்டை மதில்களுமாய், தெருவில் குறுக்கும் மறுக்கும் ஓடும் சாக்கடையும் உள்ள தெருதான் அவர்களின் வசிப்பிடம்.

அந்த வசிப்பிடத்தை மையப்படுத்தியே கனகம்மாள் தாய், தம்பியுடன் வசித்தாள். அவளின் இளவயதிலேயே இறந்து போன அப்பாவை எப்போதாவது நினைப்பதுண்டு கனகம்மா! அந்த நினைப்பும் ஒரு ஆதரவான ஆண் துணையும் வடிவேலுவிடம் கிடைக்க அவனை காதலித்திருக்க வேண்டும்.

திருமணத்தை கேள்விப்பட்ட ஊர் பிரசிடெண்ட் கூட சத்தம் போட்டிருக்கிறார். கனகம்மாவின் அம்மாவிடம்! ஊர்ல ஒங்க சாதியில எத்தன பயக இல்ல, போயும் போயும் ஒரு தோட்டி வீட்டு பையனுக்குத்தானா கழுத்த நீட்டணும் ஒங் பொண்ணு? கனகம்மாளின் தாயாரும் குறைபட்டுக் கொண்டிருக்கிறாள் தன் பங்குக்கு “என்ன செய்ய சாமி, ஏதோ சின்னக் கழுத, எதுவும் புத்தி கித்திதா தடுமாறிட்டாளோ, இல்ல மனசு வந்துதாங் கூட போனாளோ, தெரியல. ஏதோ

நாலு எழுத்து படிச்சிருக்காளே, காலு ஒச்சமான புள்ள வீட்ல கெடந்தா அது மனசு சங்கடப்படுமேன்னு, பஞ்சாயத்து போர்டு வேலைக்கு சேத்துவுட்டோம். அதுவும் சாமி அவுக மாரி நாலு பெரிய மனுசன் புண்ணியத்துல சேத்ததுதான். சம்பாதிக்கிற திமிருலயும், வயசு முருக்குலயும் இப்பிடி ஒரு காரியத்தப் பண்ணிட்டு போயிருச்சு சாமி. இப்ப எங்க இருக்காங்க, என்ன ஏதுன்னு ஒரு விவரமும் தெரியல. வீட்ட விட்டுப் போயி ஒரு வாரம் ஆச்சு. அரசல் புரசலா கேள்விப்பட்டதுதா, ஒங்களமாதிரி எனக்கு உறுதியா ஒண்ணும் தெரியல! அதான் தெகைச்சு நிக்கிறேன்! சாமியவுக மாதிரி பெரிய மனுசர்தான் வெசாரிச்சுச் சொல்லணும்" என்றாள் கனகம்மாவின் தாய்!

கண்ணை உறுத்தாத ஐஸ்கிரீம் கலர் அடிக்கப்பட்ட வெளிச்சுவர். ஒன்று, இரண்டு, மூன்று... என உயரமாய்ப் போன சீராக கொத்தப்பட்ட புள்ளிப் புள்ளியான வெள்ளைக்கல் படிக்கட்டுகள். இரண்டு புறமுமாய் விரிந்திருந்த செங்காவி பூசப்பட்ட திண்ணையிலிருந்து வளர்ந்திருந்த கல் தூண்கள் இரண்டும் மேலே வேயப்பட்ட ஆஸ்பெஸ்டாஸை தொட்டு நின்றது! நன்றாக தடித்திருந்த தேக்கங்கதவு வாசலை அடைத்திருந்தது.

வாசலை தொட்ட மதிய நேர வெயில் தூணோரம் வெற்றுடம்புடன் ஆகிருதியாய் சேரில் உட்கார்ந்திருந்த பிரசிடெண்டின் காலில் விழுந்தது. திண்ணையோரத் தரையில் பூத்திருந்த கோரைப் புற்களின் பச்சையும், வீட்டின் முன் முளைத்து விரிந்திருந்த தோட்டத்து தாவரங்களும் அந்த இடத்தை நிறைத்து நிறைவு செய்திருந்தது.

"விசாரிச்சு சொல்லுவோம், இன்னும் வீட்டு வரி ரசீது போடல, பஞ்சாயத்து ஆட்களுக்கு சம்பளம் போடல, கரண்டு பில்லு கட்டல, போட்டது போட்டபடி கெடக்கு, ஊருக்குள்ள நடந்துக்கிட்டிருந்த சாக்கடை கட்டற வேல அப்பிடியே பாக்கி கெடக்கு பேங்குல இருந்து இன்னும்

பணம் எடுக்கல, இவளாட்டம் போயிட்டா" என கோபமாகவும், புலம்பலாகவும் கூறினார் பிரசிடெண்ட்!

இது மாதிரி இரு வீட்டாரின் சம்மதங்களை கடந்து நடக்கிற திருமணமானால் அதற்கு ஏற்ற இடம் திருப்பரங்குன்றம்தான் போலிருக்கிறது. கோவிலில்தான் அவர்கள் திருமணம் நடைபெற்றது. நண்பர்களும், உடன் வேலை பார்க்கும் உத்தியோகஸ்தர்களின் துணையுடன்!

அதென்னவோ தெரியவில்லை. திருப்பரங்குன்றத்திற்கு அப்படி ஒரு விசேஷம். இல்லாதவர்கள் வீட்டு திருமணமானாலும் சரி, இப்படியான இளங்காதலர்களின் திருமணமானாலும் சரி! கோவிலில் தாலி கட்ட, ஓட்டலில் சாப்பிட இப்படியான கணக்கில்தான் ஓடுகிறது நாட்கள் ஹோட்டல்காரர்களுக்கும், பூ, பழ வியாபாரிகளுக்கும்.

கார்த்திகை தீபம், புது வருடப் பிறப்பு, கந்தசஷ்டிக் கவசம், வெள்ளி, செவ்வாய் மற்ற விசேஷ நாட்கள் முகூர்த்த நாட்கள் இது தவிர இது மாதிரியான திருமணங்களையும் கணக்கிலெடுத்துக் கொண்டுதான் தங்களுடைய வியாபார உத்தியை வகுப்பார்கள் போலிருக்கிறது வியாபாரிகள்! அப்படி கடைக்காரர்கள் கணக்கிட வசதி செய்து தந்த வகையில் முக்கியத்துவம் பெற்று விட்டார்கள் கனகம்மாவும், வடிவேலும்!

கோதுமைக் கலர், ஐந்தரை அடி உயரம், நல்ல சம்பாத்தியம், எக்ஸ்ட்ரா, எக்ஸ்ட்ரா... எதுவும் இல்லாத எல்லாம் தாண்டி ஊரில் உடனிருந்த நண்பர்களும், பழகி வைத்திருந்த உத்தியோகஸ்தர்களுமே அவனுக்கு பெரிய பலமாய் இருந்தார்கள்.

வடிவேலுவின் இந்த பழக்கமும், பேச்சுமே அவர்களது ஊர் பிரசிடெண்டுக்கு அவனை அசிஸ்டெண்ட் ஆக்கியது.

தார் ரோட்டுக்கு மண் அடிப்பதிலிருந்து, தெரு லைட், அடிபம்பு ரிப்பேர் என காசு புழங்கும் வேலையில்

வடிவேலுவையே வலதுகரமாய் நம்பி செயல்பட்டார். அவரது ரெக்கடண்டேஷனிலேயே பஞ்சாயத்து யூனியன் ஆபிஸில் தற்காலியமாய் ஒரு வேலை.

ஒரு டிவிஎஸ் பிப்டியும், செல்போனும், கையில் கோல்ட் கலர் வாட்சும், மோதிரமும் போட்டிருந்த அவன் சிரித்த முகமும், பேசிய வாயுமாகத்தான் இருந்தான் எப்பொழுதும்! அன்றாடக் கூலிகளாய் இருந்த அவனது குடும்பத்தை ஊரில் நிலவிய அவனது பெயரும், அந்தஸ்த்துமே நிலை நிறுத்தியிருந்தது.

வடிவேலு வசம் கனகம்மா மனம் பறி கொடுக்க இவையெல்லாம் கூட ஒரு காரணமாய் இருந்தது. குட்டையாக, சிவப்பாய் 5 அடி உயரத்தில் இருந்த கனகம்மாவின் கண் மையும், பவுடர் பூச்சுமான அலங்காரமுமே அவளின் இடது கால் இளம் பிள்ளை வாதத்தை பெரிதாய் காட்டி விடவில்லை வடிவேலுக்கு! அவனும் அதைப் பற்றியான சிந்தனைகளில் பெரிதாக மூழ்கி.... அப்படியெல்லாம் ஒன்றும் இல்லை.

ஆனால் வடிவேலு ஒன்றும் கனகம்மாவின் மேல் காதல் கொண்டு திருமணம் செய்து கொள்ளவில்லை. அவனுக்கு க் குறி அவளது வேலையும், வருமானமுமே என பேசிக் கொண்டார்கள் ஊருக்குள்!

அவர்களின் திருமணத்தை கேள்விப்பட்டதிலிருந்து ஒரு வாரம் வரை இந்த பேச்சுக்கள் ஊருக்குள் புகையாய் பரவி வலம் வந்தது. அது எத்தனை நாளைக்கு? புதுமணத் தம்பதிகள் ஊருக்குள் வரவும் எல்லாப் பேச்சும் அடங்கிப் போனது. கண்மாய்க்கரை ஓரம் நின்ற ஆலமர விழுதின் இளம் வெளிர் குருத்துக்கள் முத்தி பெரிதாகி இருந்தது.

கனகம்மாவும், வடிவேலும் வேலையாக இருந்த பஞ்சாயத்தின் கணக்கு நான் வேலை பார்த்த வங்கியில்தான்! அந்த பழக்கத்தில்தான் இப்போது சௌஜன்யமாய்

வடிவேலுவிடம் "பண்டிகை வந்துருச்சா" எனக் கேட்கத் தோன்றியது.

நான் நினைத்துக் கேட்டது வேறு! ஆனால் அவன் கேலி பண்ணியதாய் நினைத்துக் கொண்டான் போலும். சிறிது நேரம் ஒன்றும் பேசாமல் இருந்தவள் டீக்கடையில் ஓரம் நின்றிருந்த அவனது டிவிஎஸ் 50யிலிருந்து பையை எடுத்து வந்தான். அதில் புதுத் துணிகளும், பலகாரமும்!

பைனாக்குலர்

வணக்கம் அன்பே, நலம்தானே?

என்ன செய்கிறாய் அங்கே?

நான் இங்கே நீ அங்கே?

தூரமென்று பார்த்தால் கடல் மலை கடந்தோ அல்லது நூற்றுக்கணக்கில் கிலோமீட்டர் கடந்தோ நான் இங்கிருக்கவில்லை.

முன்னேற்றமும் பின்னேற்றமும் அற்று நடுவாந்திரமாய் இருக்கும் தமிழக மாவட்டத்தில் ஒரு கிராமத்தில்தான் நான்!

பத்து இருபது பேர் சொத்தை ஒருவரேயும், இரண்டு மூன்று பேரின் தொப்பையையும் உடம்பையும் ஒருவர் மட்டுமே தனக்கு சொந்த மாக்கிக் கொண்டதுதான் அந்த கிராமத்தின் முன்னேற்றமாய்!

அங்குதான் ஒரு அரசாங்க ஊழியனாக எனது பணி!

பணி என்ன பிரமாதமாய் என்கிறாயா? அதை வைத்து தானே என்னை எடையிட்டு உன்னை ஒப்படைத்தார்கள்.

தவறுதான் அப்படிச் சொல்வது! என்னைத்தான் உன் வசம் ஒப்படைத்தார்கள்.

அப்படி ஒப்படைத்திருக்காவிட்டாலும் தான் என்ன கண்ணே! இருவரின் மனதிலும் பரஸ்பரம் குவிமையம் கொண்டிருந்த அன்பே நம்மை காந்தர்வ மணத்திற்கு தயார் செய்து விடாதா? என நான் சொன்ன போது உனது சிரிப்பு அடங்க வெகு நேரம் ஆனது.

"அப்பிடியெல்லாம் தூக்கீட்டுப் போயிருந்தா, இப்ப கெடைச்சுருக்கிறதும் போயிருக்கும்".

அப்படியே போயிருந்தாலும் நம்ம ஊருக்கு வர்ற டவுன் பஸ்சில் தான் போயிருக்கணும்.

அதுல ஏறி நாம போறதுக்குள்ள எங்க அப்பா ஆட்கள அனுப்பி ரெண்டு பேரையும் தூக்கிட்டு வரச் சொல்லி என்னைய விட்டுட்டு உங்கள மட்டும் முதுகுத் தோல உரிச்சு உப்பத் தடவி இருப்பாரு.

இந்த வம்பெல்லாம் இல்லாம ரெண்டு பேரும் குதிரையில் போயிராம்னு பார்த்தா நம்மகிட்ட குதிரையும் இல்ல, அதுக்கும் போடுறதுக்கு கொள்ளுப்பயருமில்லை. இது ரெண்டும் இருந்தாலும் "மிருகவதை தடைச்சட்டம்"னு யாராவது நல்ல மனசுக்காரங்க நம்ம குதிரையில போறத தடைபண்ணீட்டா...? இதெல்லாம் வேணாம்னுதான் நாம பெத்தவங்கள முன்ன வச்சு கல்யாணம் பண்ணிக்கிட்டோம் என்றாய் எனது கன்னத்தில் தட்டியவாறே!

தெரியும் அன்பே ஆனாலும் நான் சொல்வதெல்லாம் ஒரு உட்டாலக்கடிதானே!

இதோடு சேர்த்து நானும் ஒரு இருபது தடைவயாவது சொல்லியிருப்பேன், இப்படி? நீயும் அதற்கும் மேலாக என் கன்னத்தில் தட்டியிருப்பாய்.

அடேயப்பா இந்தத் தட்டிற்காகவாவது நிறைய தடவைகள் சொல்லலாம் போலிருக்கிறது தானே. ஆனால் இதுதான் சாக்கு என ஓங்கிக் குத்தி விடாதே, சொத்தையாய் உள்ள வலப்புற கடவாய்ப்பல் விழுந்து விட வாய்ப்பு இருக்கிறது. அதுவும் நல்லது தான். இல்லையென்றால் அந்த மலையாள டாக்ரை பார்க்க வேண்டும்.

அவரை அப்படி மருத்துவ விஷயம் தவிர்த்து சும்மா வேணும் போய் பார்த்து பேசி விட்டு வரலாம். போலிருக்கிறது. அவர் பேசும் மலையாளம் கலந்த இனிமையான தமிழுக்காக!

அந்தத் தமிழை வைத்துக் கொண்டு அவர் பல் வலியெல்லாம் கூட மறக்கடிக்கச் செய்து விடுகிறார்.

நீ ஒன்று கேள்விப்பட்டாயா, அன்பே? இப்பொழுது அவரின் கிளினிக்கிற்கு அருகிலேயே கேட்டரிங் இன்ஸ்டியூட் ஒன்று ஆரம்பித்திருக்கிறார்கள்.

உயர உயரமான றி.க்ஷி.சி. பைப்புகளில் கலர் கலரான வெல்வெட் துணிக்கொடிகள் பறந்த ஆஸ்பத்திரியின் பக்கத்து வீடு தான் இன்ஸ்டியூட்டாக!

வாழ்:நது கெட்ட அந்தக் காலத்து பெரிதனக்காரரின் வீடு!

ஒத்திக்கோ வாடகைக்கோ பேசியிருக்கலாம்.

அந்தப் பணம் அந்த வீட்டுக்காரரின் ஜீவனத்தை சிறிது நாட்கள் ஓட்டும் அன்பே! அந்தக்காலத்தைய அல்லது இந்தக் காலத்தைய பெரியதனக்காரர்கள் நிறையப் பேரின் கதை இதுவாகத்தான் இருக்கிறது அன்பே!

இப்படியானவைகள் ஊர் ஊருக்கு நிறையவே முளைத்துக் கிடக்கிறது என்கிறான் நண்பன்.

அழகாக முத்துப் போன்ற வரிசைப் பற்கள் தெரிய நின்ற பல் ஆஸ்பத்திரி போர்டையும், அதன் அருகிலேயே தெரிந்த கேட்டரிங் காலேஜ் போர்டையும், ஆஸ்பத்திரியிலிருந்து

பல்பிடுங்கப்பட்ட ஒருவர் பார்த்தவாறே செல்வது ஒரு தற்செயல் ஒற்றுமைதான்!

ஆனால் ஒன்று உறுதியாகச் சொல்லலாம் அன்பே! கணவன்மார்களை இப்படி கன்னத்தில் தட்டி கைப் பக்குவத்தில் வைத்திருக்கும் கலை திருமணமான சில தினங்களில் பெண்களுக்கு வாய்த்துப் போவது ஆச்சரியம் தான் அன்பே!

அந்த ஆச்சரியத்தையும் சேர்த்த இன்னொரு ஆச்சரியமாவும் அதிசயமாயும் பெண்களை இப்படித்தான் சொல்கிறது ஊர்!

உங்களின் மனைவி என்ன வேலை செய்கிறார் என்கிற கேள்விக்கு நேரடியான உடனடி பதிலாக அவள் சும்மாதான் இருக்கிறாள் என்றும் அல்லது House wife என்றும் தான் சொல்கிறார்கள். அப்படியானால் சொன்னவர்களை எந்த வரிசையில் அறுதியிட்டு நிறுத்த? Forest Husband என்றா? அப்படி அவர் வீட்டிற்குள் அடங்காமல் எதில் அடங்குவார் எனத் தெரியவில்லை. ஒன்றுமே செய்யவில்லை என் மனைவி என்கிற சொல்லுக்குப் பின்னால் நீட்டாக மடிப்பு கலையாத பேண்ட், சர்ட், சூ, டை சகிதமாக தொப்பையை தள்ளிக் கொண்டு நிற்கும் ஆண்கள் நிறையவே இருக்கிறார்கள். சிலருக்கானால் கழுத்திலிருந்தே ஆரம்பித்து விடுகிறது வயிறு!

திருமணத்திற்குப் பின்னான இந்த தொப்பையையும் மடிப்புக்கலையாத உடல் போர்த்தும் துணிவகைகளையும் அவர்கள் என்ன வாடகைக்கா எடுக்கிறார்களாம்?

இவர்களே தான் இன்னும் நிறையச் சொல்கிறார்கள் அன்பே!

அலுவலகத்தில் உடன் பணிபுரியும் சக ஊழியைகளை பற்றியும், மற்ற பெண்களைப் பற்றியுமான இவர்களின் பார்வைகளும் இதுதான் அன்பே!

ம்! அவர்களுக்கென்ன... என்கிறதில் ஆரம்பித்து ஆயிரம் தூசனைகள், ஆயிரம் அர்ச்சனைகள்!

இப்படி தூசிக்கிறவர்களில் எத்தனை பேருக்கு தங்களது மனைவி மக்களின் பீரியட் டைம் முதல் கர்ப்பப்பை பிரச்சனை வரைக்குமான அக்கரையும் தெரிதலும் இருக்கிறது. அன்பே?

இப்படியெல்லாம் யதார்த்த மற்றும் இறுதிப் போன இதயத்துடனும் திரிகிறவர்களைப் பற்றி "டோண்ட் கேர்" எனக் கூறப் பழகிக் கொள்ள வேண்டும் அன்பே!

காலையில் நான் வீட்டிலிருந்து கிளம்பி வரும் போது போய்விட்டு வருகிறேன் எனச் சொல்லிய எனது தாயாரும், உனது மாமியாரும் ஊருக்குப் போய்விட்டார்களா?

காலையில் வீட்டை விட்டு கிளம்பி போகும்போது சைக்கிள் கேரியரில் அமர்ந்திருந்த நமது மகன் கேட்டான்!

அவனைப் பள்ளியில் விடப் போகையில்!

ஏனப்பா பாட்டி நம் வீட்டிற்கு வரும் நாட்களில் அம்மாவிடம் "போய் வருகிறேன்" என சொல்ல மறக்கிறீர்கள்?

மறக்கிறீர்களா? அல்லது மறுக்குறீர்களா? எனக் கேட்ட அவனை முதுகில் தட்டியவாறு சொல்கிறேன்.

மறுப்பதும் மறப்பதும் புறந்தள்ளுவதும் ஆளுமை செய்வதுமாய்....

ரொம்ப காலமாக அப்படித்தான் இயங்கிக் கொண்டிருக்கிறது தம்பி ஆணினம்! என மனதுள் நினைத்தவனாய்...!

உனது அம்மாதான் என்னுள் கலந்திருக்கிறாளே, என் மனதில் அவளுக்கென ஒரு இடம் எப்பொழுதுமே ரிசர்வ் செய்யப்பட்டே அவள் மனதில் எனக்கும் என் மனதில் அவளுக்குமென ரிசர்வ் செய்யப்பட்ட சீட்டுகள் பரஸ்பரம்

உடல்களின் கனம் தாங்காமல் உடைந்து விடக் கூடாது தம்பி எனக் கூறுகிறேன் அவனிடம்!

அன்பே சிறியதாக உன்னிடம் ஒரு விண்ணப்பம். இப்படி கூடிக் கொண்டே போகும் உடல் எடையை நீயும், நானுமாய் ஒரு தீர்மானம் எடுத்து நிறுத்தியே ஆக வேண்டும். இல்லையெனில் அதற்காக மனதை என்லார்ஜ் பண்ணும் படியாக ஆகிப் போகும்.

திருமணத்திற்கு முன்பாய் உனக்கும் எனக்கும் கழுத்தெழும்பும் கை எழும்பும் துண்டாய்த் தெரிந்தாக ஊரார் சொன்ன நினைப்பு!

ஆனால் இந்த பத்து வருடங்களில் காற்று அடித்த பலுனாக.

அதான் சொல்கிறார்களே, தொலைக்காட்சிகளில் ஒரு சேனல் விடாமல், நான் ஸ்டாப்பாக, கொண்டாட்டமாக!

ஹீவீனீ மாத்திரையிலிருந்து எக்ஸர் சைஸ் யோகா எல்லாம் செய்யுங்கள்.

உடல் எடை குறைவு உறுதி என்கிறார்கள். சொல்லுவதோடு மட்டும் அல்லாமல் மழுங்க ஷேவ் செய்யப்பட்ட ஒரு ஆணையும், டைட்டாக ஃபேண்ட் பனியன் போட்ட ஒரு நங்கையையும் விடுத்து எக்ஸர்சைஸ், யோகா.... என எல்லாம் கலந்து கட்டி அடிக்கிறார்களே, அவர்கள் சொல்லுகிற உடற்பயிற்சி நமது உடலுக்கா, அல்லது அவர்கள் பரிந்துரைகும் எக்ஸர்சைஸ் சாதனத்தை பயன்படுத்தும் செயல்முறை விளக்கமா? எனத் தெரியவில்லை.

இப்படித்தான் வண்ணம் மற்றும் கருப்பு வெள்ளை தொலைக்காட்சிப் பெட்டிகளின் மூலமாக நம் மண்டையில் எதையாவது ஏற்றி வைத்து விடுகிறார்கள். சிகப்பழகு(?) எப்படி சாத்தியம், என்பது உட்பட!

அதை இறக்கி நாம் கீழே வைப்பதற்குள் போதும் போதும் என்றாகிப் போகிறது.

அப்படியான போதும், போதும் என்றானதுகளில் அலுத்துப் போய் மருந்து மாத்திரை அற்ற "கெட்ட சீக்கான" மெகாத்தொடர்களையும், எந்நேரமும் ஓடிக் கொண்டேயிருக்கிற ஆரோக்கியமான (?!) 24 மணிநேர தமிழ்ச் சினிமாக்களையும் பார்க்கிறோம்.

வேறு மாதிரியாக டிஸ்கவரி, அனிமல் பிளாநெட்.... என என்றாவது எழுகிற ஆசையை ரிமோட் அனுமதிப்பதில்லை.

பையன்களின் உலகம் கார்ட்டூனைத் தாண்டி வெளி வர மறுக்கிறது.

அப்படி அதையும் மீறி அனைவரையும் வெளிவர வைக்கிற நிகழ்ச்சியாக ஏதாவது ஒரு சினிமா, விளையாட்டு செய்தி, உலகம்.... இப்படியாக தமிழ் ஆங்கிலச் சேனல்களின் நிகழ்ச்சிகள் அமைந்து விடுவது தற்செயல் ஆச்சரியமே!

பஸ்ஸில் திரும்பி வரும்போது உனது உருவத்தை ஒத்த ஒரு பெண்ணை பார்க்கிறேன். அவள் மாதமாக இருந்தாள் அது இருக்கலாம் ஏழு, அல்லது எட்டு மாதம்! வயிறு கொஞ்சம் பெரிதாகவே!

வயிறு பெரிதாக இருந்தால் பெண்பிள்ளை தானாமே பிறக்கப் போவது?

அப்படியான பேச்சுக்களில் நம்பிக்கை இருந்ததாய் ஞாபகம் இல்லை எனக்கு!

ஆனால் உன்னிடம் சொன்ன ஒன்று மட்டும் அழியாமல் ஞாபகம் இருக்கிறது.

பெண் பிள்ளை ஒன்று வேண்டும் என நான் சமர்ப்பித்திருந்த அப்ளிக்கேஷனை நிராகரித்து விட்டாய் அன்பே!

“அம்பது பவுன் செஞ்சு வைக்க ஒடம்புல தெம்பு இருக்கா? என்கிற சொல்லில் என்னை அடங்கி விட்டாய் மூக்கணாங்கயிறு பிடிக்காமல்!

பஸ்ஸினுள் தெரிந்த விளக்கு வெளிச்சத்தில் அவளது நிழல் பஸ்ஸினுள் விழுந்து நீண்டு தெரிந்தது. நின்று கொண்டே வந்த அவளின் கால் வலித்திருக்கலாம் அல்லது உடல் எடை அவளை தொந்தரவு செய்திருக்கலாம்.

அவள் நின்றிருந்த சீட்டை ஒட்டிய சீட்டில் அமர்ந்திருந்த ஆண்களை எழுந்திருக்கச் சொல்லி இடம் கேட்டாள். அவர்கள் அமர பின் ஸீட்டுகளில் நிறைய இடம் இருக்கிறது எனவும் சுட்டிக் காட்டினாள். அப்படி சுட்டிக் காட்டியவளை பைத்தியம் பிடித்தவளைப் போல பார்த்தார்கள்.

ஒருவரானால் சண்டைக்கே போய்விடுவார் அவளிடம்! அதென்ன?.... உதவி கேக்குறதுல கூட அதிகாரம்? என்கிற அவரின் அதட்டலான பேச்சுக்கு கர்ப்பஸ்திரியின் உடன் கையில் குழந்தையுடன் நின்றிருந்த வயதானவள் சொன்னாள். அவளது மாமியாராக இருக்கலாம். ஐயா, அறியாம ஏதோ சொல்லிட்டாயா?

நீங்க ஒக்காந்துக்கங்கய்யா, பாவம், நல்ல மனசுக்காரங்க(?) எனச் சொல்லிவிட்டு கர்ப்பஸ்திரியை தனது தோளில் சாய்த்துக் கொண்டும், அவள் பலமான நின்று கொண்டும்!

இப்படித்தான் அன்பே இன்றைக்கு மனிதர்கள் றீவீஸ்மீ ஆக வெளிப்படுகிறார்கள். எந்த இடம், நேரம், காலம் என இல்லாமல்!

நம் அன்றாட நகர்வுகளில் இவைகளைப் பற்றியும், இவற்றின் பரிமாணங்கள் பற்றியும் பேசி பகிர்ந்து கொள்ளலாம்தானே அன்பே!

தாயக்கட்டை

அருப்புக்கோட்டை செல்லும் பிரதான சாலை வரை மட்டுமே போய்த் திரும்புவதாக இருந்தது.

ழி.பி. 7 என்ற அறியப்பட்ட சாலையைவிட சாலையின் முக்கு எந்நேரமும் பிஸியாகவே! டீக்கடை, ஸ்வீட்ஸ் ஸ்டால், ஐஸ்கிரீம் பார்லர், ஹோட்டல், கல்யாண மண்டபங்கள், பிரசவ ஆஸ்பத்திரி, நாய்கள் ஜாக்கிரதை போர்டு தொங்கிய பங்களாக்கள் என எல்லாமே குவிக்கப்பட்டிருந்த சாலையின் இருபக்கமும் ஏரியாவையே உயர்தரத்தில் காட்டும்.

சோடியம் விளக்குகள் பளீரிட்டு சாலையின் மேடுபள்ளங்களை தெளிவாகவே காட்டிக் கொடுத்துவிடும். அந்த காட்டிக் கொடுத்தலிலேயே உஷாராகி பாதசாரிகள் முதல் வாகனங்கள் வரை விலகிப்போகும் செயல் நடப்பதுண்டு. அதிலும் தள்ளாடியபடியே வரும் ஜிகிஷிவிகிசி மக்களை விழாமல் காப்பாற்ற விளக்கு வெளிச்சம் வெகுவாகவே உதவியது உண்டு.

பையன் சொன்ன ஐம்பதாண்டு ஆண்டு நினைவுப்பள்ளியிலிருந்துஅவன் சொன்ன நெடுஞ்சாலை

ஒன்றும் தூரம் அதிகமில்லை. ஆனால் எனக்குதான் திடீரென வந்து சேரும் மன அசதி வந்துவிட்டது. வேறொன்றுமில்லை. சும்மா தெரிந்து கொள்ளலாமே என்கிற ஆசையில்தான் கேட்டேன் என்றான். தட்ட முடியாதமனதை பிடித்த அவனது பேச்சு கிளம்பி விட்டோம். 4.30 மணிக்கு விடப்போகும் பள்ளிக்காக 4.15க்கே வந்து காத்திருந்தேன். டவுனுக்குள் போய்வர வேண்டிய வேலை இருந்தது. வேறென்ன பெரிதாக? வழக்கமாய் கடன் வாங்கும் ஒருவரிடம் ரூ.2000 கேட்டிருந்தேன்.

எனக்கானால் ஒரு பைசாதான் வட்டி. அடுத்தவர்களுக்கு எவ்வளவு என தெரிந்து கொள்வதில் நான் ஆர்வமோ அக்கறையோ காட்டியதில்லை அவ்வளவாக! ஆனால் உறுதியான ஒன்று தெரியும். ஒருவரிடம் கிடைக்காததை இன்னொருவரிடம் சேர்த்து வாங்குவதுதானே அவர்களின் இயல்பாய்! உடன் வேலைபார்பபவரிடமும், சொந்தங்களிடமும், கேட்பதற்கு கூச்சப்பட்டு இந்த ஏற்பாடு! பணத்தை வாங்கிக் கொண்டு இருவருமாய் டீ சாப்பிட்டுவிட்டு பிரிந்த போது மணி 4.05 தான். மீதமிருக்கும் இருபத்தைந்து நிமிடங்களை எப்படி கடத்த?

யோசித்தபடி ஸ்கூல் வாசலில் போய் நின்றபோது எனது பையனுடன் படிக்கும் ஒருவனின் தாய் என்னை ஏறிட்டுப் பார்த்தாள். அவளது பார்வையில் முன்பு இருந்த முறைப்பு இல்லை. அவள் மட்டும் என இல்லை. பல தாய்மார்களின் பார்வையும், ஆசிரியர் முதல் ஆயா வரையான பார்வை அப்படித்தான் இருந்தது. பையன் மாறுவேடப் போட்டியில் கலந்து கொள்ளும் நாள் வரை! இரண்டாம் வகுப்பிலிருந்து பாரதியார், விவேகானந்தர், பகத்சிங் என வேடமிட்ட போதும் கூட அனைவரிடமும் பதிந்தது ஸ்கூல் நாடகத்திற்காக அவன் போட்ட ஐயப்பன் வேஷமே!

அந்த வேஷப் பொருத்தமே அவனையும் அவன் மூலமாக எங்களைப் பேசவும் முறைப்பான பார்வைகளிலிருந்து

விலக்களிக்கவும் செய்து வைத்திருந்தது. அந்தப் பள்ளியில் இலக்கற்று மோதிக் கொண்டிருந்த பார்வையை வாட்ச்மேன் ரூமின் பக்கவாட்டில் வேப்பமரத்தின் மீது திருப்பினேன். புதிதாக துளிர்த்துத் தெரிந்த கொளுத்து முனைகள் இளம் பச்சைநிறம் காட்டிய இலைகள், நெடித்து நீள, நீளமாய் ஓடிய கிளைகளில் ஊர்ந்து திரிந்த கட்டெறும்புகள் முண்டும், முடிச்சுமாய் தெரிந்த வேப்பமரத்தின் அடிப்பகுதி மரமெங்கும் உறிந்தும், உறியாமலும் ஒட்டிக் கொண்டிருக்கும் பட்டைகள், பூப்பூத்து காய் காய்க்க நாளாகலாம்.

மரத்தின் அடியில் ஸ்டூலில் அமர்ந்திருந்த வாட்ச்மேன் அருகிலிருந்த பெண்களுடன் பேசிக் கொண்டிருந்தார். பள்ளி, பாடம் டியூசன் இவை தவிர்த்து மற்ற எல்லாமும் அந்தப் பேச்சில் அடங்கியிருந்தது. மண், மரம், செடிகள் எல்லாவற்றையும் பாதுகாப்பதும், பராமரிப்பதுமான பொறுப்பு அவரைச் சேர்ந்ததுதான் என ஏகத்துக்கு வருத்தப்பட்டார். பள்ளியின் முன்புறம் பரந்து விரிந்திருந்த வெளியின் இடதுபுறம் நின்ற மரங்களும், செடிகளும் வலதுபுறமாய் விரிந்து கிடந்த விளையாட்டு மைதானமும் சுற்றிக் காட்டப்பட்ட வேலிக்கம்பிக்குள் மிகவும் பாதுகாப்பாகவே! வேலி ஓரமும் மைதானமும் முழுவதும் பரவிக்கிடந்த செம்மண்ணும், அதன் மீது கிடந்த செஞ்சாலைக்கற்களும் உருண்டை உருண்டையான சீனிக்கற்களும் பார்க்க உறுத்தலில்லாமல்! பள்ளியின் முன் கேட் சுவரோரம் இருந்த சைக்கிள் ஸ்டாண்டில் சைக்கிளும், டுவீலருமாக! டுவீலர் ஆசிரியைகளதும், சைக்கிள்கள் பையன்களதும் என புரிந்து கொண்டாலும் அத்தனை டுவீலரும், அத்தனை சைக்கிளும் அந்த ஆரம்பப்பள்ளிக்கு அதிகம் தான்.

அந்தப்பள்ளி நிர்வாகத்தைச் சேர்ந்த கல்லூரியிலும், ஆங்கிலப்பள்ளியிலும் பயிலும் இந்தப் பகுதியை ஒட்டி வசிக்கும் மாணவ மாணவிகள் நிறுத்தச் செல்ல ஏற்பாடு!

அவர்கள் பஸ்ஸை விட்டு இறங்கி வரும்போதே ஆங்கில உரையாடலும்தான் வருகிறார்கள். ஆங்கில உரையாடலுடனேயே சைக்கிள் டூவீலரை எடுக்கிறார்கள். ஆங்கில உரையாடலுடனேயே பிரிகிறார்கள். அவர்களது உரையாடலில் என் போன்றவர்களைப் பற்றிய பரிகாசம் சப்தமில்லாமல் இடம் பெற்றிருந்தது. ஒருநாள் 13 அல்லது 14 வயதே மதிக்கப்படும் இரு பெண்பிள்ளைகள் என்னைப்பற்றிய ஆங்கிலத்தில் கமெண்ட் அடித்துக் கொண்டே சைக்கிள் எடுத்தது என் முதுகுக்கு பின்னால் கேட்டது.

“அந்த ஆள் பார்வையே சரியில்லை“ என்பதுதான் அது. 45ஐ பார்த்து 13ம் 14ம் பேசியப் பேச்சுக்களை வாட்ச்மேனிடம் பகிர்ந்து கொண்ட போது அவர் ஏகத்துக்கு வருத்தப்பட்டார்! படிப்பைச் சொல்லித்தரும் பள்ளிகள் வாழ்க்கையைச் சொல்லிதருவது இல்லை என! மனதை நிறைந்திருந்த எண்ணங்களினூடாக பள்ளிவிட்டு வந்து சேர்ந்தான் எனது பையன்! காற்றில் மிதந்து வந்த பாலீதின் பையை எத்தி விளையாடியவாறே வந்தான். அவனின் யூனிபார்ம் அழுக்காகி இருந்தது. இதற்கு வேறு தனிவசவு கிடைக்கும் எனது மனைவியிடமிருந்து!

ஒரு கரண்டி வாசிங்பவுடர் போட்டு துணிகளை வெண்மையாக்கும் மந்திரம் படித்தவளில்லை எனது மனைவி. எல்லோரும் அப்படித்தான் போலும். ஆனால் வெளியில் பெருமையாக பேசிக் கொள்வார்கள். “பெரியவங்க துணிகள் பத்திரமா வச்சிருந்தாவுல்ல புள்ளைங்க ஒழுங்கா வச்சிருக்குறதுக்கு? என என்னையும் சைடில் இழுத்துப்போட்டு நாலு கும்மு, கும்முவாள். திருமணமான சிறிது நாளிலிருந்து இதெல்லாம் பழகிப் போகிற விஷயமாகத்தானே ஆண்களுக்கு! அவன் சொன்ன நெடுஞ்சாலையும் அதில் ஊர்ந்தும் விரைந்தும் போகும் வாகனங்களைப் பார்ப்பதில் அவனுக்கு அப்படி என்ன

ஆர்வம் எனத்தெரியவில்லை. சும்மாத் தெரிந்து கொள்ள அதில் என்ன உள்ளது என்கிற புறக்கணிப்பு மனதுடன் சைக்கிளை எடுத்த நாள் அவனது கை, கால்களைத் துடைத்துவிட்டு சைக்கிளின் முன்னால் உட்கார வைத்துக் கொள்கிறேன்.

மூன்றாவது படிக்கும் பையன் பேபி ஷீட்டில் அமர்வது அவ்வளவு பொருத்தமானதும் உசிதமானதும் இல்லைதான். அவனின் வயது பையன்கள் கத்திரிக்காய்க்கு கையும், காலும் முளைத்தது மாதிரி இருந்தாலும் கால் எட்டாத சைக்கிளை வைத்துக் கொண்டு உடலை ஆட்டி, ஆட்டி ஓட்டும் போது இவனை இன்னும் பேபி ஷீட்டில் உட்கார வைத்து சைக்கிள் ஓட்டுவது சற்று விஞ்ஞானத்திற்கு புறம்பாகக்கூட தோன்றத்தான் செய்கிறது.

இதில் என் தப்பும் அடக்கம். கலர் கலராக அல்ட்ரா மாடர்ன் சைஸில் சின்ன சைக்கிள்கள் வந்து இறக்குமதி ஆகி அதை வாங்கி ஓட்டும் சிறுவர், சிறுமிகளின் எண்ணிக்கை அதிகமாகிவிட்ட போது நான் ஒரு இத்துப்போன சைக்கிளை வைத்துக்கொண்டு அதில் பேபி ஷீட்டை மாட்டிக் கொண்ட கற்காலத்தில் திரிந்தால்? இப்படித்தான் என்கிற எண்ணம் ஏற்படாமல் இல்லை. என் உடன் வேலைபார்க்கும் மாணிக்கம் கூட கேட்டார். "எங்கப்பா ஓங் எம்80யை" என செகண்ட் ஹேண்டில் வாங்கி ஒரே வாரத்தில் விற்ற வண்டியின் ஞாபகம் வந்தது. வெளியில் சொன்ன காரணம் "பழைய வண்டி ராசியில்லை" என ! ஆனால் வீட்டின் உள்ளே நடந்த பொருளாதாரப் பற்றாக்குறை பற்றிய சண்டை எங்கே என்னையும் என் மனைவியையும் அரசு ஆஸ்பத்திரியின் அவசர சிகிச்சை பிரிவிற்கு கொண்டு போய் சேர்த்துவிடுமோ என்கிற பயமே வண்டியை விற்க காரணமாய் அமைந்து விட்டது.

ஆகவே நாங்கள் கௌரவமாகவும், குடும்பமாகவும் காக்க வேண்டியும் திரும்பத்திரும்ப அம்மாதிரியான பொண்களை

வேரூன்றி வந்தோம் பல விஷயங்களில்! நெருங்கிப் போய்ப்பார்த்தால் பல குடும்பங்களின் நிலைமை இப்படித்தான் பல்லிளித்தது பலகீனமாக! நெடுஞ்சாலை சென்றுவிட்டால் அங்கிருந்து பஜாரைப் பிடித்து மார்க்கெட்டில் காய்கறி வாங்கிக் கொண்டு வீடு திரும்பிவிடலாம் என்கிற நினைப்பில் தான் சைக்கிளை அழுத்தினேன். போகும் வழியில் தெரிந்த பூங்காவை பார்க்க வேண்டும் என்றான்.

நகராட்சிப் பூங்காவை பார்க்க வேண்டும் என்றான். நல்லதாகப் புல்வெளி வளர்த்து அதன் நடுவே குரங்கு, நாய், முயல், பூனை என ஆங்காங்கே நின்ற பொம்மைகள் சிறிய சிறியதான குப்பைக் கூடைகளை சுமந்து நின்றன. நுனி நாக்கு ஆங்கிலத்தில் அதை “Dust Pin” என சொல்லிவிட்டு அடுத்த வார்த்தையே தமிழுக்குத் தாவினார்கள். ஆங்கிலம் அதிகம் தெரிந்தவர்கள் ஒன்றும் கதைக்காத காலத்தில் இப்படியான “நுனிப்புல்களின்“ ஆங்கிலத் தொல்லைதான் எங்குமே வியாபித்த வியாதியாய்!

சிறுவர்கள் ரூ1, பெரியவர்கள் ரூ.2, முதியவர்கள் 0.50 என கட்டணம் நிர்ணயித்திருந்தார்கள். முதியவர்களுக்கும், பூங்காக்களுக்கும் சம்பந்தம் இல்லை என ஆகிவிட்டது போது........ அவர்களை பூங்காக்களில் பார்ப்பதை விட முதியோர் இல்லங்களில் தான் அதிகம் பார்க்க முடிகிறது. பெற்ற பிள்ளைகள் முறை வைத்து கவனிக்கும் பாக்கியம் பெற்றவர்களும், மருமக்கள்மாரிடமிருந்து பிடுங்கிப் பெத்து வருபவர்களும் இதில் அடக்கம்.

ஆகவே அவர்களுக்கென நிர்ணயித்திருந்த கட்டணம் சரியே. அது கூட இல்லாமல் இருந்திருந்தால் இன்னும் சரியாக இருந்திருக்கும். பூங்காவின் கட்டணப் புல்வெளியை விடுத்து வெளியே காய்ந்து போயிருந்த வெளியை மட்டும் பார்த்தோம். அறுந்து தொங்கிய ஊஞ்சல், பராமரிப்பின்றிக் கிடந்த சிசா, சறுக்கல், ராட்டிணம் என இதர, இதரவாய்

சிதறிக் கிடந்த அனைத்தையும் சுற்றிப் பார்த்துவிட்டு அரை மனதினனாய் கிளம்பி வந்தான். மாலைநேர பரபரப்பும், புழுதி கிளப்பலுமாய் இருந்த தேசிய நெடுஞ்சாலையின் ஓரமாய் நின்று டீ சாப்பிட்டோம்.

நான் டீ, அவன் பால் மற்றபடி வடை, பன் கேக்... எதுவும் வேண்டாம் என்று சொல்லிவிட்டான். "முன்னமாதிரி இப்பயெல்லாம் டீ சாப்புட வர்றதில்லையே மாமா என்கிற டீ மாஸ்டரை ஏறிட்டேன் சிரித்துக் கொண்டே! மாஸ்டர்கள் பெருத்துப் போன நாட்டில் இந்த மாஸ்டர் எனக்கு மாப்பிள்ளை வேணும். மாப்பிள்ளை என்றால் சொந்தமெல்லாம் கிடையாது.

பலஜாதிகள் குடியிருந்து வந்த கிராமத்தில் மனித மனங்களை முடியிட்டு பூக்க வைக்க இந்த உறவுமுறை தேவைப்பட்டிருந்தது. அது இப்போதும் தொடர்கிறது. அதன்படியே தான் கதிரேசன் மாஸ்டர் மாப்பிள்ளை ஆன உறவு இப்படி தொடங்குகிறது. அவனும் ஆடாத ஆட்டமும், ஊற்றாத சரக்கும் இல்லை எனலாம். வயிறு நிறைய குடித்துவிட்டு மண்டை கிறுகிறுத்து போதையேறி ரோட்டில் விழுந்து கிடந்த காலங்களில் அவனை தோள் தாங்கலாயும், செந்தூக்காயும், தூக்கிப் போய் வீட்டில் சேர்த்த வல்லத்தோளனாய் அவ்வப்போது இருந்ததுண்டு நானும்!

அந்தப் பெருமையும் அதில் கிடைத்த கூடுதலான நட்பும் கூட என்னையும், மாஸ்டரையும் பரஸ்பரம் உரிமையோடு நட்பு பாராட்டவும் ஒருவரில், ஒருவர் பகிர்ந்து போகவும் வைத்திருந்தது. அந்தப் பதவியில் இன்று வரை ஒரு சிறு கீறலோ, விரிசலோ இல்லை. அப்படி வரும்போது பார்த்துக் கொள்ளலாம் என்று "நிஷீ கிலீமீபீ சிலீமீறீறீணீஜீஜீணீ" என்றும் போய்க் கொண்டிருந்தோம். நீட்டிய டீக் கிளாஸ்களை வாங்கி வைத்தவன் "காசு வேண்டாம் எனது கணக்கில் ஏறிக் கொள்ளும்" என்றான்.

நட்பு கண்களில் கசிய அவனிடம் சொல்லிவிட்டு சைக்கிள் ஏறிய போது நெடுஞ்சாலையில் சற்றுத்தள்ளி பாதாளச் சாக்கடைக்காய் ஆட்கள் குழி தோண்டிக் கொண்டிருந்தார்கள். அவர்களது உடம்பில் ஒழுகிய வியர்வை கோடுகள் வெயில்பட்டு மின்னின. கையில் கடப்பாரையும், மண்வெட்டியுமாய்த் தெரிந்த அவர்கள் தோண்டிக்குழியில் நின்றும், குழியின் கரையில் அமர்ந்து கொண்டு வேலை பார்த்தவாறும்! அவர்களின் கை, கால் உடலெங்கும் அப்பியிருந்த புழுதி மண்ணுக்கு தனி வாசனை உண்டுதான். எவ்வளவு விலை கொடுத்தாலும் நுகர முடியாத அந்த வாசனை உழைப்பாளிகளின் "நாசிக்கு" மட்டுமே சொந்தம் என அறிந்தவாறும் அவர்களையும் அவர்கள் பார்த்துக் கொண்டிருந்த வேலைகளையும் வேடிக்கை பார்த்தவாறும் பேசிக் கொண்டேயும் அவர்களை கடந்து சாலையின் மேம்பாலத்தில் ஏறி இறங்கினோம்.

இரண்டு நாட்கள் ஆபிஸிற்கு லீவு போட்டதால் காய்கறி மார்க்கெட் பக்கம் போகவில்லை. நாளை சமையலுக்கு கூட சுத்தமாக காய் இல்லை. வரிசையாக கூடைக்குள் இருந்த காய்களைப் பார்த்தவாறு தலைகவிழ்ந்து கொண்டே பார்வையை நகர்த்தியவன் அருகிலிருந்த எண்ணெய் கடையை ஏறிட்டபோது அங்கே ஒத்தைமண்டை ராமமூர்த்தி வாத்தியார் அமர்ந்திருந்தார். நடுத்தலையிலிருந்து ஒரு பக்கம் மட்டும் லேசாய் மேடிட்டுத் தெரியும். அவ எனது க்ளாஸ் வாத்தியார். நான் படித்த (?!) காலங்களில்! அவரைப் பார்த்த சிறிது நேரம் அவரிடம் போய் பேசலாமா? அப்படியே பார்வையைத் திருப்பி கொண்டு பார்க்காதது போல் போய்விடலாமா? என்று மேலோங்கிய "மிடில்கிளாஸ்" தனத்தின் கௌரவத்தை கஷ்டப்பட்டு மீறி உடைத்து அவர் முன் நின்று அறிமுகம் செய்து கொண்டேன். பெயர் கேட்டார். சொன்னேன்.

வேலை பார்க்கும் அலுவலகம் ஊர் கேட்டார் சொன்னேன். அவர் ஊர் உடல்நலம் குடும்பம் எல்லாம் பற்றி விசாரத்தவனாய் மெதுவாக கழன்று கொண்டேன். அப்போது சொன்னார் பக்கத்திலிருந்தவர் “சார் ஒங்கிட்ட படிச்சவங்களெல்லாம் நல்ல ஆபிஸ் உத்தியோகத்துல இருக்காங்க சார்“ வாங்கிய காய்கறியை விடவும் ராமமூர்த்தி வாத்தியாை சந்தித்த நினைவும், அவர் அருகே இருந்தவர் பேசிய பேச்சின அசரீரியும் ஒலிக்க மனது கனத்தது.

எத்தனை எத்தனை மாணவர்களை சிருஷ்டித்து உருவாக்கிய அவர் நாலு முழவேஷ்டிக்கும், கதர்ச் சட்டைக்கும் மட்டுமே சொந்தக்காரராய் ஆகிப் போய்விடுகிற பரிதாபம் நிகழ்ந்து விடுகிறதுதான்! வக்கத்தவனுக்கு..... போக்கத்தவனுக்கு..... என இனம் பிரித்து அரசு வேலைகளை அவர்களோடு ஒப்பிட்டுப் பேசிய காலங்களில் வேலை பார்த்த ராமமூர்த்தி வாத்தியாரைப் பற்றிய நினைவுகளை சுமந்தவனாய் வீடு வந்து சேர்ந்ததும் என்னிடம் கேட்டான் என் மகன்.

நல்ல வேலைக்கிப்போயி கை நெறைய சம்பாதிக்கணும்னா, என்ன படிக்கலாம்? எந்த வெளிநாட்டுக்குப் போயி வேலை செய்யலாம்?

உலர்வு

பிரஷ்ஷில் வைத்திருந்த டூத் பேஸ்ட் உலர்ந்து கொண்டிருக்க, வீட்டு முன் பரந்து கிடந்த புழுதி மணலில் கிறுக்கிக் கொண்டிருந்த எனது இளைய மகனை திட்டியபடியே, கோபமாக அவன் அருகில் செல்கிறேன்.

அவனும் ஆள்காட்டி விரலை தரையிலிருந்து எடுக்காமல் குத்துக்காலிட்டு உட்கார்ந்தபடியே என்னை பார்க்கிறான். கண்களிலும் உடலிலும் மிரட்சி மின்ன!

“அவென் எவ்வளவு சொன்னாலும் கேக்க மாட்டேங்குறான். நித்தம் இதுமாதிரிதான் வாயில பிரஷ்ஷ வச்சிக்கிட்டு மண்ண ஒழப்பிக்கிட்டு திரியுறான். கத்திக் கத்தி எனக்கு தொண்டதான் வலிக்குது. இவனால எனக்கு அல்சர் கூடுனதுதா மிச்சம்“ என்கிற எனது மனைவியின் கோபப் பேச்சை உள்வாங்கியவாறும், சும்மா சத்தம் போட்டுக்கிட்டே இருக்கத்தான் நீ லாயக்கு. முதுகுல நாலு இழுப்பு இழு. ஒழுக்கமா சொன்னபடி கேப்பான் என பதிலுக்கு அவளிடம் சப்தம் போட்டவாறே அவன் அருகில் சென்றிருந்தேன்.

அதுவரை விரிந்து அமர்ந்திருந்த அவன் நத்தையாய் சுருங்கிக் கொண்டான். பரந்து விரிந்திருந்த மனவெளியில் லயித்திருந்த அவனது கற்பனை இறக்கைகள் முழுக்க முழுக்க உள் இழுக்கப்பட்டு!

வெளுத்திருந்தகண் பிழி இரண்டும் நீள் வட்டமாக விழிக்க, இமைமுடிகள் கூட விறைப்பாய் குத்திட்டுத் தெரிய கை கால் உடல் முழுவதும் இறுக்கமாகி முகம் விறைத்து திரும்பிப் பார்த்தான்.

இது மாதிரியான பல தருணங்களில் அடிபட்ட அனுபவமும் அந்த நேரத்தைய உடலின்வலி, சலிப்பு, கண்ணீர் இத்தியாதி, இத்தியாதிகளை சுமந்திருந்த அவனை பற்றிய அந்த நேரத்தைய காட்சிதான் கீழே பதிவாகிறது இப்படி!

மெத்தென்று பரப்பிய மணல் பரப்பு. அதை சதுரங்கட்டி நான்கு முனைகளிலும், பூப்போல அழகாக டிசைன் செய்திருந்தான். பூ முனை கூம்பி இருந்தது. அடுத்தடுத்த நாட்களிலான அவனது விளையாட்டு நேரங்களின் போது அதை மலரச் செய்யலாம் என முடிவெடுத்திருக்கலாம். அல்லது அது சம்பந்தமான முடிவை அவள் பள்ளியில் போய் கூட யோசிக்கலாம்.

ஆனால் பெரும்பாலும் பள்ளிகள் மலரச் செய்வதில் கோளாறு செய்கின்றனதான். அல்லது மலர விடுதில்லை. அந்தக் கோளாறு காரணமாகவே கூம்பியவையாகவே!

அவன் கூம்பியவனாக வெளி வருகிறானா? அல்லது மலர்ந்து வெளி வருகிறானா? தெரியவில்லை.

அவன் தரை மணலில் வைத்திருந்த ஆள்காட்டி விரல் அழுத்தமாக பதிந்திருந்தது. விரலின் பதிவும் முடிவும் சிறகு விரித்த வண்ணத்துப் பூச்சியாக கிளைத்திருந்தது.

நல்ல ஓவியனாய் வளர்வதற்கான பரிணாமம் அந்த வண்ணத்துப் பூச்சியில் தெரியவில்லையாயினும் ஓரளவு சிறகசைத்தது நம்பிக்கை!

நான் அடைகாத்துக் கொண்டு போன கோபம் மறந்து அவன் கையில் ஒட்டிருந்த அழுக்கும், மண்ணும் மறந்து, இளங்காலை வெயில் பட்டு அவன் உடலில் வேர்த்திருந்த வேர்வை மறந்து அவனை தலைக்கு மேலாக துக்கிக் கொண்டேன்.

அவனுக்கானால் ஒரே ஆச்சரியம், அடிக்வந்த முரட்டுக்கையும், தடித்த உடலும் மூர்க்க மனதும் இப்படி தூக்கி வைத்து கொண்டாடுகிறதே என!

தலைக்கு மேல் ரொம்ப நேரமெல்லாம் தூக்கி வைத்திருக்க முடியவில்லை. மூன்றாம் வகுப்புப் போகும் பையனை அப்படியெல்லாம் வைத்திருக்க கைகளில் பலமில்லை.

அதெல்லாம் ஒரு நேரம் உடம்பு மெலிந்திருந்தாலும் கையிலும், உடம்பிலும் பலமிருந்தது. இரண்டு ஆண் வேலையை ஒரே ஆளாக செய்து முடித்த நேரம் அது.

தோட்டம், காடு, வயல் வேலை என கையும் உடலுமாய் காய்ப்பு காய்த்துப் போயிருந்த காலங்கள்!

மூன்றென்ன நான்கு வேளையானாலும் கம்பங்கூலும், சோளச் சோறுமாய் தின்று விட்டு இரவு ஏழு மணிக்கெல்லாம் தூங்கி அதிகாலை நான்கு மணிக்கு கண் விழிக்கும் பழக்கம் கொண்ட நான் முழு சந்தோஷத்தோடும், பலமாயும் இருந்ததாய் உணர்ந்தேன். அப்போது! டீ, டிபன் நெல்லுச்சோறு என இப்போது பழகிப்போன மிடில்க் கிளாஸ் தனத்தில் உடல் பருத்து சத்து குறைந்து இந்த நாற்பதிற்குள் சர்க்கரை அல்சர்.... என வியாதிகள் வேர் விட்டிருந்தது.

அதுவும் இந்த வெயில் நேரத்தில் அல்சரின் சேட்டை இருக்கிறதே....!

கைவலிக்க தூக்கிய மகனை இறக்கி தோளில் போட்டவாறு முகம், தலை, உடல் என முத்தம் கொடுத்தவாறு இறக்கி விடுகிறேன்.

இறக்கி விடும்போது அவன் கையிலிருந்த பிரஷ் தனது வலது கண்ணில் தட்டி முகத்தில் இழுத்துக் காந்தியது. காந்தினால் என்ன இப்பொழுது? அவனின் அருமையும் தன் முனைப்பான மனமும் தெரியாமல் அடிக்கப்போன என் முகத்தில் கத்திபட்டு கீறினாலும் தகும்.

ஷண நேர தடுமாற்றத்திலும் கோபத்திலும் தான் எல்லாமே நடந்தேறி விடுகிறது.

எனக்கே வெட்கமாய் இருந்தது.

இப்படியாக அவனை அடிக்க நேர்கிற கணங்களில் யாவும் பெரும்பாலும் அவன் எதையாவது வெட்டி ஒட்டி.... தனி உலகத்தில் சஞ்சரித்துக் கொண்டிருப்பான்.

அவனது உலகத்தில் வீட்டு முன் விரிந்திருக்கும் காலியிடங்களின் கரிசல் மண் களிமண் பொம்மைகளாகும். வீட்டின் கொல்ரைபுரத்து மரங்கள் தலைவிரித்து சாமியாடும். வீட்டிலுள்ள நியூஸ் பேப்பர் ஏதாவது டிசைன் விரிந்திருக்கும். எனது மனைவியின் தையல் கத்திரிக்கோல் ஏதாவது ஒன்றை வெட்டிக் கொண்டிருக்கும் அவனது கையில்!

பெயிண்ட் உதிர்ந்து உருவம் காட்டும் சுவர்களில் அந்த உருவங்களின் மேல் சாக்பீஸால் வரைவான். அவன் வரைந்து முடிந்ததும் தான் தெரியும். உருவங்களில் வண்ணம் இழந்த சுவர்ள் அழகு காட்டும்!

பள்ளிக்கூட பை தவிர மற்றெல்லாவற்றிலும் முழு பிரியம் கொண்டவனாய்!

மாறுவேடப் போட்டியில் கருப்புக்கோட்டு இல்லாமல் பாரதியார் வேடமிட்டு பரிசு பெற்ற போதும் அதற்கடுத்த வருடம் விவேகானந்தர் வேஷம் போட்டு "பசித்த மானுடன் வயிற்றில் இருக்கிறார் கடவுள்" எனக் கூறி கைதட்டலும் மூன்றாவது பரிசு வாங்கிய போதும் சரி போட்டிக்கான வேஷம் பொருந்திப் போனான்.

போட்டி முடிந்து ரோட்டில் போகையில் இதோ பாரதியார் எனவும், விவேகானந்தர் எனவும் சொன்னவர்கள் நிறையப் பேர் உண்டு.

ஸ்கூல் ஆயாதான் சொன்னாள். "வீட்டுக்குப் போனதும் சுத்திப் போடுங்க கண்ணுபட்டிரும் என! கண் என்ன கல்லே பட்டாலும் அசராதவன் அவன்!

இம்மாதிரியான என்கேஜ்மெண்ட் அற்ற நாட்களில் பேச்சு ஓடும்.

என் மனைவி சமையல்பற்றி, அவள் புடவை பற்றி சொல்வான் என் மனைவி சமைக்கையில்!

சூடேறி புகைவிடும் எண்ணெய்ச் சட்டியின் உஷ்ணம் பட்டும், புகை மோதியும் வேர்வையாகிப் போகிற முகத்தின் மீது சமையலறைமேடை மீதிருக்கிற ஜன்னலின் வழியே கம்பி விலக்கி வரும் காலை நேர வெளிச்சத்துண்டுகள் அவள் மீது விழுந்து அவளை நனைத்து ஹாலில் அவன் சாப்பாட்டு தட்டின் மீது படும்போது ஏறிட்டுப் பார்த்து என்னிடம் சொல்வான்.

ஹை. அம்மா கை அங்கயும் வேலை செய்யுது இங்கயும் வேலை செய்யுது என்பான் அவளது நிழலை பார்த்தவாறே!

சாப்பாடும் போய்க் கொண்டிருக்கும், ரசனையும் தொடர்ந்து கொண்டிருக்கும்.

அவன் அப்படி ரசித்துச் சாப்பிடுவது மாதிரி என் குடும்பத்தில் இன்று வரை யாரும் அப்படியெல்லாம் ரசித்துச் சாப்பிட்டு நான் பார்த்ததில்லை.

அப்படியெல்லாம் ரசனைக்குள்ளாகும் ரசவாத மனது என்னிலிருந்து எப்போது கழண்டு விழுந்து தொலைந்து போனதெனத் தெரியவில்லை.

நாய் குணம் வருமாமே நாய்பதில்! அப்படி என்றால் எனக்கு நாற்பத்தைந்தாயிற்றே இது வரை வராத அந்த நாய்குணம் எப்படி? எனத் தெரியவில்லை.

அதீதமாய் ஏறிப்போன வேலை காரணமாக இப்போதெல்லாம் வீடு வந்து சேர இரவு எட்டு மணி ஆகிபோகும். எட்டு மணி என்பது சீக்கிரம். ஒன்பது, பத்து, பதினொன்று இப்படி ஆகிப் போகும் பெரும்பாலான நாட்களில்! என்ன அலுவலகத்தில் தானே வேலை பார்க்கிறீர்கள். இல்லை பிரைவேட்டாக ஏதும் பிஸினஸா? என்பாள் என் மனைவி கேலியாக!

“போதும், அது ஒண்ணுதான் குறை“ என்பேன் நானும் பல கதைகளை சொல்லியவாறே! அதற்கப்புறம் சாப்பிட்டு தூங்கி....

இப்படி போகிற வாழ்க்கையில் கேள்வி குறிகள் ஆச்சரியங்களாகவும், ஆச்சரியங்கள் கேள்விக் குறிகளாகவும் சந்தோஷங்கள் விட்டேத்தியாகவும், துக்கங்கள் தாங்கி கொள்ள முடியாது போலவும் ஆகிப் போகிற 10 வடி 05ன் அலுவலக மனதின் தடித்தனம் வீட்டுனுள்ளும் வியாபித்து நீட்டித்துப் போய்!

எனது நீண்ட நாள் நண்பரும் தோழருமான ஓவியர் சொன்னார்.

உமது பையனுக்கு “இஞ்சினியரிங் மூளை“ அவர்கள் பாட்டுக்கு இஷ்டத்துக்கு எதிலாவது ஏதாவது பண்ணி ஒரு வடிவம் கொண்டு வந்து விடுவார்கள். குறுக்காக நாம் மூக்கை நீட்டினால் போச் எரிச்சலாகி, அவுட் ஆகி அப்படியே உட்கார்ந்து விடுவார்கள் என்றார்.

எனது பையனும் பெண்ணும் கூட அப்படித்தான் இருக்கிறார்கள். அப்படியே இருக்கட்டும் என விட்டுவிட்டேன். “நீங்கள் அவ்வப்போது வாங்கித் தரும்

ஓவியப் புத்தகங்கள் இவையே போதும் வேறு ஏதும் செய்ய வேண்டாம் சிறப்பாக“ எனவும் சொன்னார்.

அவர் சொன்ன மாதிரியேதான் விட்டு ஆக வேண்டிய சூழ்நிலை.

வாங்கும் சம்பளத்தில் எதெதற்கென செலவழிக்க? ஓவியம் வரைவதற்கான புத்தகம் என இதுவரை இருபது புத்தகங்களாவது கிடந்தது வீட்டில்! இது மட்டும் இல்லை. வீட்டிலும் தோட்டத்திலும் வீட்டின் முன் கிடந்த வெற்று வெளியிலும் ஏதாவது வேலை நடக்கும். அவனின் கைங்கரியத்தில்!

மண்வெட்டி எடுத்துக் கொண்டு நிற்பான் சுத்தியல், அரிவாள் என எதையாவது தூக்கிக் கொண்டு கிளம்புவான்.

சப்தம் போட்டு அதட்டினால் “உன்னைப் போல நான் எப்போது வேலை செய்யப் பழகுவது? பெரியவன் ஆன பின் இந்த வேலையெல்லாம் தெரியாமல் சும்மா இருக்க வேண்டியதுதான் “அப்புறம்“ என்பான்.

ஏயப்பா, இதைச் சொல்லும் சமயங்களில் அவனுக்கு வரும் கோபத்தைப் பார்க்க வேண்டுமே.. குட்டை மூக்கு மட்டுமல்ல உடம்பே சிவந்து அதிர்ந்து போகும்.

இரண்டாவது பையனும் கடைசிப் பையனும் அவனாகி போனதில் கொஞ்சம் செல்லம் கூடுதலே!

போட்டிருக்கும் ட்ரவுசரும் ஃபேண்ட்டும் இருப்பில் நிற்காமல் வெட வெட வென்று சொய்ங், சாங் ஆகி நிற்பான்.

அவனின் ஆட்டமும், டான்ஸீம் ஏயப்பா பிரசித்தி பெற்றவை போல ஆகிப் போனது வீட்டில்!

டேப்ரிக்காடர், தி.வி. ரேடியோ, விறி3 யின் பாடல்கள் டி.வியின் தொலைபேசி நிகழ்ச்சிப் பாடல் எதற்கும் அவன் டான்ஸ் ஆடாமல் இருந்ததில்லை. இது நாள் வரை!

இத்தனைகளையும் செய்யும் அவன் படிப்பிலும் பற்றுள்ளவனாகவே! 100க்கும் 101 என்றெல்லாம் கிடையாது. அறுபதுக்கு கீழே இறங்காமல் தடுப்புச் சுவர் கட்டி வைத்திருப்பான்.

அந்தத் தடுப்புச் சுவரின் மேல் அமர்பவனாயும் அதைத் தாங்கிப் பிடிக்கிற சக்தியாகவும் இருக்கிற அவன் படிக்கும் நகராட்சிப் பள்ளி மாணவர்கள் அனைவரிலும் எனது மகனின் முகமும், நடவடிக்கையும் பிரதிபலிப்பதாகவே உணர்கிறேன்.

ஞாயிறுகளும், காலை தூக்கமும்!

வழக்கமில்லாத வழக்கமாய் அந்த ஞாயிறு காலை சீக்கிரம் எழுந்து விட்டேன். சோம்பல் முறித்தவாறே படுக்கையில் படுத்துக் கிடந்தேன். கண்ணை மூடி குப்புறப்படுத்த போதும் தூக்கம் கண்களில் ஒட்டவில்லை. வீட்டின் ஜீரோ வாட்ஸ் பல்பின் வெளிச்சம் கடிகாரத்தில் தெளிவாகவே நேரம் காட்டியது. ஐந்து மணி!

வீடே அமைதியாய் அரவமற்று!

மூவரும் மூன்று பாய்களில் மனைவியும், பிள்ளைகளும், ரெட்டைக் கோரை பின்னல்! மூன்று பாயிலும், மயில் படம், யானைப்படம், தாமரைப் பூ படம்! போன மாதத்து சம்பளப் பணத்தில் வாங்கியது.

பாய் ஒன்று எழுபது ரூபாய், அதற்கு ஒரு பைசா குறையாது என்றார் கடைக்காரர். "அப்படியா சரி, பாய் வேணாம்" என கிளம்பின போது கடைக்காரர் வியாபார ஏணியிலிருந்து இரண்டு படிகள் கீழே இறங்கி வந்தார்.

இருநூறு ரூபாய் கொடுத்து எடுத்துப் போங்கள் என்றார். ம்ஹூம்... ம்ஹூம்... என் பக்கத்திலும், கடைக்காரர் பக்கத்திலுமிருந்து இழுபறியான வியாபாரப் பேச்சுக்கள்! கடைசியில் 175 ரூபாய் என திகைந்தது.

கடைக்காரர் நான் வரும்வரை அந்த வார்த்தைகளை உச்சரித்துக் கொண்டிருந்தார். “ரெட்டைக் கோரைப் பின்னலு, நல்ல வேலைப்பாடு, அதுக்காகத்தான் இந்த வெல“ என்று சொல்லிக் கொண்டே இருந்தார்.

மாலை மயங்கும் நேரம்! விரிந்து பரந்திருந்த மைதானத்தின் நடுவாய் தியாகிகள் நினைவு ஸ்தூபி பெரியதாய் நின்றது. ஸ்தூபியை விட்டு பத்தடி தூரத்தில் எல்லாக் கட்சிக் கொடிக் கம்பங்களும்! ஸ்தூபியைச் சுற்றி சதுரமாய் கட்டியிருந்த இரும்பு கேட் அருகில் உயரமாய் நின்ற விளக்குக் கம்பத்தில் நான்கு சோடியம் லைட்டுகள் நான்கு புறமும் திரும்பி!

சோடியம் வேப்பரின் வெளிச்சம் இன்னும் தரையைத் தொடவில்லை. மைதானத்தின் இடதுபுறம் இருந்த முருகன் கோவிலை ஒட்டி வரிசையாக அமர்ந்திருந்த டீக்கடை, சைக்கிள் கடை, புண்ணாக்கு தவிட்டுக் கடை, பிளாஸ்டிக் பொருட்கள் விற்பனை கடை, பழைய பேப்பர் கடை, கயிற்றுக் கடை, பக்கத்தில் சின்னதாய் தெருவோர டீக்கடை!

அதைத் தாண்டி போஸ்ட் ஆபிஸ் பெரியதாக காரை பெயர்ந்து பெயிண்ட் உதிர்ந்து போய்! நன்றாக வாழ்ந்து நொடித்துப் போன பெரிய தனக்காரரின் வீடாய் நின்றது!

மைதானமெங்கும் விரிந்திருந்த பழக்கடைகள், வெங்காய வியாபாரம், பழைய இரும்பு வியாபாரம்! தெரு விளக்கு வெளிச்சத்தையும் மீறி அவர்கள் பொருத்தி வைத்திருந்த காடா விளக்கின் வெளிச்சம் காற்றில் ஆடி கண்ணை உறுத்தியது.

பாயை சைக்கிளில் கட்டிக் கொண்டிருக்கையில் எதிர் சாரியில் கூட்டம். விரைந்த ரோட்டியிலிருந்து என்னை குறிவைத்து வந்தான் அவன்! என் எதிரில் நின்று என்னை நிதானித்துப் பார்த்தவன் "டேய் என்னை தெரியுதா?" என்றான்! நினைவுகளின் புரட்டலில் அவன் முகம் பிடிபடவில்லை. கேள்விக் குறியுடன் அவனை அமைதியாய் பார்த்தபோது....

"நாந்தாப்பா சுந்தரம்" என்றான்.

பல்வேறு திசைகளில் நகர்கின்ற வாழ்க்கை அடித்துத் துவைத்து பழைய நினைவுகளின் இனிமையை பிழிந்தெடுத்து வற்ற வைத்து விடுகிறதுதான்!

நம்மில் பெரும்பாலானோர்க்கு கிடைக்கிற அந்த பாக்கியம்தான் எனக்கும் கிடைத்திருக்கிறது. எவ்வளவு நேரந்தான் "டேய்" என அன்பொழுக கூப்பிட்டவனை பேசாமல் பார்த்துக் கொண்டிருக்க? இருவரும் டீ சாப்பிட்டோம்.

எங்க வேலதான் பாக்குறேன் நான். காசுக்கடை பஜார்ல நகைப்பட்டறை வச்சிருக்கேன். விசிட்டிங் கார்டை நீட்டினான்! வெள்ளை வேஷ்டி, வெள்ளைச் சட்டை, துண்டுப் பேப்பர்களால் சட்டைப் பை நிரம்பித் தெரிந்தது. வேஷ்டியை மடக்கி மடித்துக் கட்டியிருந்தான். இடது கையில் வாட்ச், கோல்ட் கலர் செயின் போட்டு! வலது கை, இடது கை விரல்களிலும் இரண்டு மோதிரங்கள். தங்கக் கலர் பிரேம் கண்ணாடி! எல்லாம் கவரிங் என்றான்!

"பிழைப்புக்காக என்னமோ திங்குற வியாபாரம்" என்றான். எங்கள் படிப்பு, கல்யாணம், குடும்பம், பிள்ளைகள், அவர்களின் படிப்பு எல்லாம் பேசினோம். இருவரும் இன்னொரு டீக் குடித்தோம். வழக்கம் போல "நேரம் கிடைக்கும் பொழுது அவசியம் வீட்டுக்கு வரணும்" என பிரிந்தோம்.

வீட்டிற்கு வந்ததும்தான் லேசாக ஞாபகத்திற்கு வந்தான். பள்ளி நாட்களில் அழகாகவும், நுணுக்கமாகவும், நன்றாகவும் படம் வரையத் தெரிந்த நண்பன்! அவன் வரைந்து கொடுத்த தாஜ்மகால் படம் என்னிடம் ரொம்ப நாள் இருந்தது.

மூவரும் ஆழ்ந்த துக்கத்தில் கலைந்து கிடந்தார்கள். ஆழ்ந்த பெருமூச்சை வெளிப்படுத்தியவனாய் படுக்கையிலேயே புரண்டேன். ஐந்நூற்று ஐம்பது சதுர அடி வீடு. முன்வராண்டா, ஹால், கிச்சன், கிச்சனை அடுத்து லெட்ரின் பாத்ரூம், பதினைந்து குழி நிலத்தில் ரோட்டடி, வீடு கட்டியது போக மிச்ச இடம் தோட்டமாய் முளைத்துக் கிடந்தது.

வேப்பமரம், தென்னை மரம், பன்னீர் மரம், பூச்செடிகள், பூ மரங்கள்.... பின்னே பப்பாளி மரம் இல்லாமலா?

பேங்க் லோனில் கட்டிய வீடு, லோன் ஒண்ணரை லட்சம் காணாமல் மனைவியின் நகைகளை செங்கலும், சிமெண்டுமாய் மாற்றியிருந்தான். மொத்தக் காண்ட்ராக்ட் வீடு கட்டிக் கொடுத்த காண்ட்ராக்டர் கொஞ்சம் பணம் சுருட்டி விட்டார். நண்பர்களிடமும் சொந்தக்காரர்களிடமும் சொன்னபோது "உனக்கு அவ்வளவாக சாமர்த்தியம் போதாது" என்றார்கள். "நீ அப்புராணி... இளிச்சவாயன்... பிழைக்கத் தெரியாதவன்" என்றார்கள். சரி நீங்கள் வந்து பேசி சரி பண்ணிக் கொடுங்கள் என கேட்டபோது சாமர்த்தியமாக ஒதுங்கிக் கொண்டார்கள்.

பெற்றவர்களிடமும், மனைவி மக்களிடமும் தவிர்த்து ஒரு கடைநிலை ஊழியருக்கு இந்த சமூகத்தில் பெரியதாக என்ன மரியாதை இருந்தது? பரஸ்பரம், நட்பும், பழக்கமும், மரியாதையும் அந்தஸ்த்துகளைப் பொறுத்துதான் போலும்! பாதி வீட்டில் போட்டு விட்டு போய்விட்டார் காண்ட்ராக்டர். கொடுத்த பணம் கொஞ்சம் அவரிடம் நின்றது. வீடே மூளியாய் மேலே சென்ட்ரிங் போட்டதோடு

அப்படியே நின்றது. மீதி வேலைகளை பணத்தைப் புரட்டி நான்தான் செய்தேன்!

நண்பன் ராமவேலிடம் கேட்டபோது "நீயாகப் போய் காண்ட்ராக்டரிடம் பேசிப் பார்" என்றார். நான்தான் போகவில்லை! சின்ன வயதிலிருந்து ஏமாற்றங்களையும், புறந்தள்ளல்களையும், காயங்களையுமே தாங்கி வளர்ந்த மனது. காயங்களில் வடுக்கள் மனசு பூராவும்!

இப்படியே எழுந்து கிளம்பினால் ரோட்டு டீக்கடையில் டீ சாப்பிட்டு விட்டு "வாக்கிங்" போகலாம். சர்க்கரை நோய்க்கு வாக்கிங் நல்லது என டாக்டர் சொல்லியிருந்தார்.

அதுவும் காலை நேர வாக்கிங்கும், இளம் வெயிலும், சுத்தமான காற்றும், புதிதான சிந்தனையும் நல்ல "காம்பினேஷன்" என்றிருந்தார். போன வாரம் சர்க்கரை டெஸ்ட் செய்த போது ரத்தத்தில் 240ம் யூரினில் 2+ ம் இருந்தது. மாத்திரைகள்தான் கட்டுப்படுத்துகின்றன.

எப்பொழுதாவது இனிப்பு பலகாரங்கள் சாப்பிடுவதும், எப்பொழுதாவது கோலா பானங்கள் குடிப்பதும், எப்பொழுதாவது பாயாசம், ஐஸ்கிரீம் சாப்பிடுவதும், எப்பொழுதாவது சிக்கன், மட்டன், முட்டை என முழுக் கட்டு கட்டுவதும் நடந்து விடுகிறது உண்டுதான் என் கட்டுப்பாடற்று!

அந்த எப்பொழுதாவது வாராவாரம் வந்து விடுகிறதுதான் விசேஷம்.

இப்படியேப் போனால் என்னால் வைத்தியம் செய்ய முடியாது என்றார் டாக்டர்! இந்த மாதிரயிான பழக்கங்கள் தொடர்ந்தால் நீங்கள் எங்கு போய் வைத்தியம் செய்தாலும் "வேஸ்ட்" என்றார்.

முதல் ரயில்வே கேட் வழியாகப் போய் ரங்கநாதர் கோயில் வரை முட்டித் திரும்பினால் மூன்று கிலோ மீட்டர் தூரமாவது இருக்கும் வீட்டிலிருந்து!

ஞாயிறுகளும், ஞாயிறுகளில் காலைத் தூக்கமும், சுகமானதுதான், அதிலும் மனைவியின் அருகாமை சூழலுக்கு இனிமை சேர்க்கும்தான்!

திறந்திருந்த ஜன்னல் வழியே மெல்லிய சங்கீதமாய் அதிகாலையின் அமைதியான வாசனையும், காற்றும், வெளிச்சமும் வீட்டினுள்! ரோட்டின் பால்க்காரன் விரையும் சைக்கிள் மணிச் சத்தம்! பக்கத்து மரங்களில் பறவைகள் கலையும் சப்தமும் அதிகாலைக் கோழியின் கூவலும்! ரோட்டோர டீக்கடை ஸ்பீக்கர்களில் வழிந்த பக்திப் பாடல்கள்!

மனைவியின் மேல் காலைப் போட்டு இரண்டு பக்கமும் பிள்ளைகள் படுத்திருந்தார்கள். கணுக்கால் தெரிய தலைகலைந்து மாராப்பு விலகி களைப்பாய் படுத்திருந்தாள் மனைவி!

போன மாதம் எடுத்த புடவை! பச்சைக் கலரில் கோடு கோடாய்! புடவை நன்றாக இருந்தது. விடை கூடப் போட்டு எடுத்து விட்டாள் என எனக்கும் அவளுக்கும் சண்டை! ஒரு இரவு பேசிக் கொள்ளவில்லை இருவரும்!

படுக்கையை விட்டு எழுந்து அவள் பக்கம் அமர்ந்து நெற்றியில் மெலிதாய் முத்தமிடுகிறேன்! வெறும் ரத்தமும், சதையும், எலும்பும், தோலுமா அவள்? என்னின் உணர்வுகளில், என்னின் வாழ்க்கையில் பாதி அவள்! மனசு பறை சாற்றிய சத்தம் செவிகளைக் கிள்ளியது.

அவ்வளவு களைப்பிலும், தூக்கத்திலும் புரண்டு படுத்த அவளின் கைகள் தன்னிச்சையாய் என் கழுத்தை சுற்றியது.

அவளது கைகளின் அரவணைப்பில் மயங்கி சுகித்தவாறே "எழுந்து டீப் போடு நேரமாகிறது" என்றேன்.

இந்தப் பதினைந்து வருடங்களில் எனது ஞாயிறுகளையும், ஞாயிறுகளின் காலைத் தூக்கத்தையும் பற்றி அக்கறைப்பட்ட அளவு என் மனைவியின் ஞாயிறுகளைப் பற்றியும், ஞாயிறுகளின் காலைத் தூக்கங்களைப் பற்றியும் அக்கறைப்பட்டதாய் ஞாபகம் இல்லை!

ஓடப்பு

மனம் பதிந்து வேர் இறங்கி, துளிர் விட்டு, கிளைபரப்பு வெளியே விழும் சொற்களின் கனபரிமாணங்கள் வலிமை மிகுந்ததே!

எதிர்பாராத திசையிலிருந்து காற்றை கிழித்து அம்பென வந்து காதில் தைக்கும் வார்த்தைகள் மனதில் அறைந்து இடைஞ்சல் படுத்தி விடுவதும், தூங்கா மனதினாகச் செய்து விடுவதும் உண்டுதான்.

ஓங்கி, உயர்ந்த அடர்ந்த கானகத்திலிருந்தோ, யாரும் குறிப்பாய் உணர முடியா மறைவிடத்திலிருந்தோ நடந்து விடவில்லை இந்தத் தாக்குதல் வார்த்தைகள்!

வெட்ட வெளியில் தான் பலர் நடக்கும் அவிழ்ந்த வீதியிலிருந்த நான்கு சுவர்களின் மடிப்புகளுக்குள் தான்!

எதிர் எதிர் திசைகளில் அருகாமையாக நின்று பேசிக் கொண்டிருக்கும் எனது மூச்சுக் காற்றும், அவரது மூச்சுக் காற்றும் உயரே சுற்றும் மின் விசிறியின் சுழற்சியில் மோதி கரைந்து கொண்டிருக்கையில் வந்த அவரது வார்த்தையின் வெளிப்பாடு எதிர்பாராதது தான்!

எதிர்பாராதது, ஏமாந்தது, ஏமாற்றப்பட்டது, வஞ்சிக்கப்பட்டது எல்லாமே ஒரு வரிசை அடுக்குச் சொற்களாயும், ஒன்றுடன் ஒன்று ரத்த சம்பந்தமுள்ள உறவு போலவும்!

அவரிலிருந்து வெளிவந்து என்னை சுட்டு தோல் அறுத்து எலும்பு துளைத்து தசை நார்களில் புகுந்து இதயம் சுரீரிட்ட வார்த்தையை அவர் பிரயோகித்த இடம், காலம் எல்லாவற்றையும் பொருத்திப் பார்க்க வேண்டிய அவசியத்தில் நான்!

சூழ்நிலை பொறுத்து மனிதன் பிரயோகப் படுத்தும் வலிமையான ஆயுதங்களில் வார்த்தை வெளிப்பாடும் ஒன்று போலும்!

தீ ஜீவலையையாய் பரவி வெளிப்பட்ட சொல்லின் உஷ்ணமும் எதிரொலியும் எங்களது அலுவலகச் சுவர் ஒவ்வொன்றின் மீதும் மோதி அதில் பெயிண்ட் உதிர்ந்து உருவம் காட்டும் ரூபங்களை நெளியச் செய்தன.

நெளிந்த ரூபங்கள் அங்கிருந்த டேபிள், சேர், கனத்த லெட்ஜர்கள், நோட்டுக்கள் என ஒவ்வொன்றின் மீதும் அமர்ந்தும், நின்றும் விளையாட்டுக் காட்டுவதாய் தெரிந்தன. கை கால்கள் முளைத்தும், அவை அற்றும் இறக்கைகளுடனும் வெவ்வேறாய் தெரிந்த அவைகள் அங்கிருந்த மின்சார வயர்களையும் கம்பி கட்டைகளைப் பிடித்து “பார்“ விளையாட்டு விளையாடியவாறும், அலுவலகத்தின் அனைத்து அறைகளில் ஒன்று கூடியும் பிரிந்தும் கும்மியடித்தும் பழித்தும்!

அப்படியான பழிப்பின் எதிரொலி தாங்காமல் கிழிந்து போன காதுகளின் ஜவ்வை சரி செய்ய ணி.ழி.ஜி. டாக்ரை பார்க்க வேண்டும்.

இப்படியாக சித்து விளையாட்டு செய்த வார்த்தை கீழே பதிவு செய்யப்படுகிறது.

"விவசாயிகள் எல்லோரையும் ஊனமுற்றோர் பட்டியலில் சேர்க்க வேண்டும்".

எந்த மரம் எனத் தெரிவதில்லை. செய்தது எந்தத் தச்சர் எனப் பிடிபடுவதில்லை. ஆனால் அதன் செய் நேர்த்தியும் அதன் பயனும் எங்களின் வாழ்க்கைத் தொடர்புள்ளதாகவே இருந்திருக்கிறது அன்று!

கிராமங்களின் ஊடறுத்த ஒதுக்குப்புறமாய் இருந்த அவர்கள் கொட்டாப்புளி சுத்தியல், ரம்பம் ஆகியவற்றுடனேயே கைத்தடம் பதித்தவர்களாக இருந்தார்கள். அவர்களின் உழைப்பும் வியர்வை வாசனையும் புஜ பல பராக்கிரமும் அவர்கள் தொட்ட மரங்களில் தென்பட்டது.

மரங்களுடனும் மரவேலைகளுடனுமாய் தொடர்பு கொண்டிருந்த அவர்களது வாழ்க்கை....

மரச் செதில்களாயும் இழைப்புளியிலிருந்து உதிர்ந்து சுருண்டு விழும் மரத் தூள்களின் சுருள்களாகவும் ஆகிப் போன சோகம் நடந்தது.

கலப்பை, மாட்டுவண்டி, மண்வெட்டி இப்படி மரத் தொடர்பான வேலைகள் வெகுவாக குறைந்து விவசாயம் குறைந்தது அழிந்த காலங்களில்!

செய்த வேலைக்குக் கூலியாய் பெற்ற தானியம் தவசிகளை தச்சர் வீட்டுப் பிள்ளைகள் கடையில் போட்டு சேவும் தடி மிச்சரும், மொச்சைப்பயரும், கிழங்கும், பொரிகடலையும், வெள்ளக்கட்டியுமாய் வாங்கி மடியில் கட்டிக்கொண்டு வாயோரம் எச்சில் கசியத் திரிவார்கள்.

கசிந்து ஒழுகிய எச்சிலை மண் உறிஞ்சி காணாமல் செய்த போதும் அவர்கள் உழைப்பில் சிந்திய மரத்துகள்களை காற்று அடித்துப் போன போதும் கொல்லர் பட்டறையில் தீப்பொறியும் சம்மட்டி அடி சப்தங்களும் நின்று போன கணத்திலும் அவர்களது வாழ்வு சிதறிப் போனது.

கம்பு கேப்பை சோளம் துவரை உளுந்து பருத்தி... என பரந்து விளைந்த கிடந்த காடுகள் நெல் விளைந்த வயல்கள் மிளகாய் வத்தலும் நிலக்கடலையும் காய்கறியும் விளைந்த தோட்டங்கள் இவற்றின் வறண்ட மடி மீது கால் பாவிய கொடிய அரக்கனாய் வேர் இறக்கிய சீமக்கருவேலை செடிகள் மண்ணின் ஈரத்தையும் மனிதனின் வாழ்க்கையையும் உறிஞ்சியதை நினைத்து மனம் வெம்பி அவர் அப்படிச் சொல்லியிருக்கலாம்!

கிராமங்களில் மந்தை வெளியில் நிரம்பிய மாடுகளும் வண்டிகளும் வீட்டின் ஓரம் இருந்த மாட்டுத் தொழுவதங்களிலும் ஊரோரமாக நட்டு வைத்திருந்த வைக்கோல் படப்புகளும் இன்று இல்லையே என்பதை உள் வாங்கியவராகக் கூட அப்படிப் பேசி இருக்கலாம்.

ரிப்பேர் ஆகியிருந்த எங்களது வங்கியின் ஜெனரேட்டரை சரிபார்க் அவர் வந்திருந்த மதியப்பொழுது கூட்டம் அவ்வளவாக இல்லை.

அதுவே எங்களின் இவ்வளவு நேரப் பேச்சிற்க்கும் சரியாக அமைந்தது.

அவரும், நானும் அப்படி ஒன்றும் கிலோ மீட்டர் கணக்கில் எல்லாம் அவரிதும் நான் அறிந்திருக்கவில்லை.

(அது எதற்கு அனாவசியமாய் பிழைக்க வந்த இடத்தில்)

ஆனால் அவர் சொல்கிறார்.

புகைபடர்ந்த வெளியின் நடுவே ஊடுருவித் தெரியும் உருவமாய் எங்களது ரூபங்கள் உள்ளது இப்போது என்கிறார்.

சைக்கிள் கடை வைத்திருக்கும் பட்டதாரியான அவர் இது மாதிரியான நேரங்களில் கூப்பிட்டனுப்பினால் உடனே பிரச்சன்னமாவார்.

கூப்பிடல் அரசு வங்கியிலிருந்து என்பதால் காலில் சக்கரம் கட்டிக் கொண்டு வந்து நிற்பார்.

தளர்ந்து தொய்வான நடையுடன் வங்கிக்கு வந்த அவரைப் பார்த்துச் சொல்கிறார் என்னிடம்!

தீப்பெட்டி ஆபிஸில் வேலை பார்க்கும் அவரது மகளின் பெயருக்கு உள்ள சேமிப்புக் கணக்கில் பிராவிடெண்ட் பண்ட் ஆபிஸிலிருந்து செக் எதுவும் வந்து வரவாயிருக்கிதா எனப் பார்க்க வந்திருக்கிறார். இந்த பிராவிடெண்ட் பணத்தை எடுத்து தான் மகளுக்கு நகை நட்டு செய்ய வேண்டும் என சொல்லியிருந்ததாகச் கூறுகிறார்.

நாங்கள் இருவரும் வராண்டாவில் ஜெனரேட்டர் ரிப்பேர் வேலையுடன் பேச்சையும் கலந்து பிசைந்து கொண்டிருக்கையில் வங்கியின் உள்ளே அவர் கிளார்க்குடன் பேசிக் கொண்டிருந்தார். நடுக்கமான குரலில்!

தானியம் தவசி விற்ற பணத்தில் பிள்ளைக்கு நகை செய்து போடுவதை விடுத்து கந்தக நெடி சூழ்ந்த இடத்திலிருந்து வரும் பணத்தில் தான் இப்படி செய்ய வேண்டியதிருக்கிறது என்றும் மண் வாசனை நிறைந்திருக்க வேண்டிய எங்களது வீடுகளில் இப்போது கந்தக நெடிகளே வீசுகிறதென்றும் சொன்னார் மிகவும் வருத்தத்துடன்!

ஐம்பது வயது இருக்கும் அவரது நடையிலும் பேச்சிலும் பத்து வயது கூடித் தெரிந்தது.

போகும் போது கும்பிட்ட அவரது கைவிரல்கள் அனைத்தும் தீக்குச்சிகளாய்த் தெரிந்தன.

ஜெனரேட்டர் ரிப்பேர் தொடர்கிறார். அவரின் பொண்ணுக்கு சுமாரான இடத்திலிருந்து சம்பந்தம் வருகிறதென்றும் மாப்பிளை ஃபயர் ஆபிஸில் வேலை செய்கிறார் என்றும் கூறினார். சர்க்கஸின் பார் விளையாட்டுப் போலத்தான் “ஃபயர் ஆபிஸ் வேலை“ உயிருக்கு எந்த உத்திரவாதமும் இல்லாத பிழைப்பு“.

அதான் நீங்களே பார்க்கிறீர்களே சார் தினசரிகளில்.

அடிக்கடி பட்டாசு கம்பெனி விபத்து என செய்து வருகிறதே!

கருகிப் போன கட்டைகளாக உடலின் பாகங்கள் சிதறிக் கிடக்க தீப்பற்றி இடிந்து போன கட்டிடங்களில் இடிபாடுகளுக்கு மத்தியில் கிடக்கும் மனித சடலங்களுடன்!

“உயிரோடு முழுதாய் உள்ளே போனவர்கள் கை கால்கள் சிதறி இறந்து அள்ளிப்போட்டு வரும் பொருட்களாக ஆகிப்போகும் அவலம் அடிக்கடி நடக்கிறது தானே சார் இங்கு! என நிறுத்தி மௌனித்தவரை பார்க்கிறேன் கண்ணோடு கண்ணாக!

அந்தக் கண்களில் பொய்யில்லை!

முகத்தில் ஷேவ் செய்யப்படாத இரண்டு நாள் தாடி எண்ணெய் வழிந்த முகம் வெள்ளைக் கட்டம் போட்டிருந்த சட்டை ஊதா நிறத்தில் டிஸைன் போட்ட கைலி கட்டியிருந்த அவர் செருப்பு அணியாமல் வெறுங்காலுடனேயே!

அதை விடுங்கள் எனது வேலைக்கு செருப்பாவது ஒன்றாவது! கடையின் மூலையில் போட்டிருப்பேன். எப்போதாவது வெளியில் அல்லது வெளியூர் எனப் போகையில் தான் செருப்பின் துணை தேவைப்படும். அது மாதிரிதான் ஃபேண்ட்டும் சர்ட்டும்!

இப்போது போனவர் எங்களது ஊர்தான் சார் வசதியாக பிழைத்த விவசாயி.

விவசாயத்தையும் அதில் வந்த வருமானத்தையும் வைத்து மட்டுமே “வசதி“ என்கிற சொல்லுக்கு இலக்கானவர் சார்.

அந்த இலக்கில் அவர் தன்னை தக்க வைத்துக் கொள்ள எந்நேரமும் மண்ணோடு மண்ணாகவே புரண்டெழ வேண்டியிருந்தது.

"அழுது கொண்டிருந்தாலும் உழுது கொண்டிருப்போம். என்கிற சொல்லை உருவாக்கியவரே அவராய்த்தான் இருப்பாரோ? என்கிற ஐயப்பாடு எழுவதுண்டு அவ்வப்பொழுது எங்களில்!

வீட்டில் பதிந்த அவரின் சுவடுகளை விட தோட்டம் காடு வயல்களில் அவரது இருப்பும் வியர்வையின் வாசமும் நிறைந்து தெரிந்தது.

மண்ணும் மரமும் செடிகளும் பயிர்களும் அவரது கயிற்றுக் கட்டிலும் அவருடன் உரையாடி உறவாடுவதாக கேலி பேசுவார்கள் அவரை ஊருக்குள்!

அவர் எடுக்காத வெள்ளாமை கிடையாது என இந்தப் பக்கத்தில் என ஒரு பேச்சு உண்டு சார்.

நெல் பருத்தி உளுந்து கம்பு கேப்பை காய்கறி என வருசம் முழுவதும் அவரது தோட்டத்திலும் காடுகளிலும் வயல்களிலும் ஏதாவது ஒரு பயிர் உயிர்ப்புடன் இருந்து கொண்டே!

ஆடு, மாடு ஆட்கள் என அழித்தது போக மிச்சமானதை கட்டிக் காக்கவும் மேற்பார்க்கவும் நேரமில்லாமல் அலைவார் மனிதர்.

அந்த அலைதலினூடான நாட்களில் நகர்வுகளில் கூட அவர் அலுத்துக் கொண்டதில்லை பெரிதாக! மழை வெயில் பனி இரவு பகல் எதுவும் கணக்கில்லை அவருக்கு!

அந்தக் கணக்குகளை எல்லாம் விவசாயத்தின் மீதும் ஆடு மாடு வளர்ப்பின் மீது அவருக்கிருந்த ஆர்வமும் உத்வேகமும் அழித்தொழித்து விட்டது.

அவரது விவசாய நிலங்களில் ஆழ வேர்விட்டிருந்த அவர்....

இன்று அவரது பெண் வேலை பார்க்கும் தீப்பெட்டி ஆபிஸ்ற்கும் ஊருக்குமாய் நடையாய் நடக்கிறார்.

அந்த நடையில் அவர் வேர் விட்டிருந்த மண்ணும் உழைப்பும் வியர்வையும் அவர் கைப்பட்டு மெருமெயிருந்த உழைப்பின் தடம் பதிந்த விவசாயக் கருவிகளும் பயிர் பச்சைகளும் தானியம் தவசிகளும் அவரைச் சுற்றி அரணாகவே விழுகிறது.

அவர் அதைத் தாண்டி எடுத்து வைக்கும் ஒவ்வொரு எட்டிற்கு அடியிலும் கொல்லரும் தச்சரும் மிதிபட்டு நசுங்கி விடுவதாகவே தெரிகிறது.

அந்த நசுங்கலையும் மிதிபடுதலையும் காணச் சகிக்காமல் தலை குனிந்து கண்ணீர் விட்டவாறு அவர் செல்லும்போது எதிரே வரும் தீப்பெட்டி ஆபிஸ் மேனேஜரைப் பார்த்து கையெடுத்துக் கும்பிடுகிறார்.

அப்படியே கும்பிட்டுக் கொண்டே செல்லும் அவருக்கு மண் பிளந்து வழி விடுகிறது அவரும் நடக்கிறார் மண்ணும் வழிவிடுகிறது.

மண்ணும் வழி விடுகிறது அவரும் நடக்கிறார்.

அப்படி நடக்க நடக்க நடக்க வியர்த்து வெல வெலத்து நடுக்கத்துடன் அவர் சென்று சேர்ந்த இடம் தீப்பெட்டி ஆபிஸ் முதலாளி ஒருவருக்கு விற்றிருந்த தனது வயல்!

முப்போகமும் விளைந்த அந்த வயலின் அடியில்தான் இப்போது அவர்!

தகிக்கும் வெப்பத்தையும் வீசும் கந்தக நெடியையும் சகிக்க மாட்டாமலும் மனம் பொருக்க மாட்டாலும் வந்த வழியே திரும்பிய அவரை தடுத்த அவரது மகள் உடன் வேலை பார்க்கும் விவசாய வீட்டுப் பிள்ளைகள் அனைவருமாய் சேர்ந்து சொல்கிறார்கள் அவரிடம். அவரை சுற்றி நின்று கொண்டு!

குட்டி தேவதைகளாகத் தெரிந்த அவர்கள் தான் இதைச் சொல்கிறார்கள்!

தீப்பெட்டி ஆபீஸில் வேலைக்கும் போனா தினசரி ரூபாய் ஐம்பது அறுபது வருமானம் உறுதி!

அந்த உறுதி விவசாயத்துல இருக்கா! எனக் கேட்டவாறு அசரீரி ஒலிக்க மறைந்து போகிறார்கள். அப்படி அவர்கள் மறைந்து போனதை நிலைக் குத்திய விழிகளுடன் பார்த்துக் கொண்டிருந்த அவர்...

தன்னை அந்த இடத்திலேயே ஊன்றிக் கொள்கிறார்! சொல்லி முடிக்கிறார் அந்த ஊனமுற்றோரைப்பற்றி!

ஈழக்களி

வரும் போது எல்லாம் அப்படித் தான் வருகிறார். வந்த வெகு சில நிமிடங்களில் பிரச்சனைக்குரியவராகவும், சலிப்புக்குரியவராயும், சர்ச்சை ஏற்படுத்தும் நபராகவும் ஆகிப்போகிறார்.

அவரது மேலிருக்கும் பசுந்தோல் பாம்பின் சட்டையாய் கழண்டு, கழண்டு வெளித்தெரிய அவரது புலி உருவம் வெளிப்பட்டு எல்லோரையும் “கிலி“ அடைய வைத்துவிடும் என்கிற “சுப்பிரியாரிட்டி“ மனோ நிலையுடன் தான் வெளித் தெரிகிறார்.

அப்படி அவர் வெளித்தெரிய “டாஸ்மார்க்“ மற்றம் இதர போதை வஸ்துக்களின் துணையுடன் எல்லாம் வருவது இல்லை.

அவர் படித்த சட்ட படிப்பின் மேன்மையையும், சட்ட சரத்துக்களின் நெளிவு, சுழிவுகளையும் மனதில் இருத்தி இப்படி வாய்வழியாக வெளிப்படுத்தி வம்பளந்து கொண்டும், சட்டாம்பிள்ளைத்தனம் பண்ணிக் கொண்டும் திரிபவராக!

அவர் கொண்டு வரும் சேமிப்புக் கணக்கு, மற்றும் டிபாசிட் ரசீதுகளையும் எங்களிடம் காண்பித்து அது பற்றிய விளக்கங்கள் கேட்பதிலும், அந்த விளக்கங்களிலிருந்து வரும் வார்த்தை ஒவ்வொன்றிலிருந்தும் நூற்றெடுத்து பின்னி விடுவார் பேச்சை!

அந்த பேச்சின் நீளமும், அகலமும், விஸ்தாரணமும் யாருக்கும் வாய்த்து விடாது லேசில்!

அம்மாதிரியாய் பேசவும் பேச்சின் உள்வட்டத்தில் மனிதர்களை சிக்க வைத்து அவர்கள் வார்த்தை வெளிபாடுகள் அற்று வெறும் வாயினறாய் இருக்குமாறு செய்ய வைக்க தனி மனம் வேண்டும். அதைப்பெற எங்கு போய் படித்தார் என்பது இது வரை எங்களுக்குத் தெரியாமலே!

வெள்ளை வேட்டி, வெள்ளைச் சட்டையில் 55 வயது மதிக்கத்தக்க அவரைப் பார்க்கும் கணங்களில், அவரைப் பார்க்கும் யாரும் தலைத்தெரித்து ஓட வேண்டும். அல்லது பக்கத்து சந்துக்குள் நுழைந்து கொள்வார்கள்.

முகத்திற்கெதிராய் வந்து விட்டால் சிக்கியவர் இவரைப் பார்க்காதது போல ஆகாசத்தைப் பார்த்தாலும் சரி, தரையை பார்த்தாலும் சரி அவர்களது பார்வையை அதிலிருந்து பிய்த்தெடுத்து தன்னை பார்க்கும்படி செய்து விடும் அவரது பேச்சு.

எதிராளியின் வாயிலிருந்து வரும் வார்த்தையை ஒவ்வொன்றினுள்ளும் உள் நுழைந்து நுழைவின் ஊடுபபாவாய்த் துருத்தி தெரியும் வார்த்தை வளைவுகளிலிருந்து கொக்கிப் போட்டு இழுத்து விடுவார்.

அப்படி அவர் இழுக்கும் இழுவையில் அவரோடு பேச்சுக் கொடுத்த அல்லது அவருடன் பேசி மாட்டிக் கொண்ட நபரின் மனதிலிருந்தும், வாயிலிருந்தும் பாதாளக் கரண்டிப் போட்டு இழுத்துவிடுவார் வார்த்தைகளை!

அப்புறம் என்ன? செத்ததார் எதிராளி! செத்தார் என்றால் வழக்கமான “சிவலோக பதவி“.... எல்லாம் இல்லை.

எதிராளியினது வார்த்தை வெளிபாடுகளின் நுனியை பிடித்து தொங்கியும், வார்த்தைகளின் மீது ஏறி அமர்ந்தும், அதை குனிய வைத்து தாவி விளையாடுபவராயும் அந்த வார்த்தைகளின் மேல் கலர், கலர் சாயம் பூசி சரம்கோர்த்து தொங்கவிட்டு காட்டி தனது ஜெயிப்பை உறுதி செய்து கொண்டு எதிராளியை மனதிற்குள்ளாக கோபம் கொள்ளச் செய்து மூக்கு சிவக்க வைத்து விடுவது அவரது பழக்கமாகவே ஆகி போனது!

ஒன்று எதிராளி அவரது மென்னியை பிடிக்க வேண்டும். அல்லது அசடு வழிந்து கொண்டு சமாளித்து சிரிப்பவராய் ஆகிப் போக வேண்டும்.

பெரும்பாலனவருக்கு அந்த இரண்டாம் நிலையே வாய்த்திருக்கிறது. அப்படியான இரண்டாம் நிலை வாய்ப்பிற்கு ஆளான நபர்களிடம் தான் அவரது பேச்சு வழக்கு இருந்திருக்கிறது இது நாள் வரை!

அந்த இரண்டாம் நிலை நபர்கள் தான் நாங்கள் போலும் அல்லது எங்களை அந்த இடத்தில் வைத்து அழகு பார்க்கிறாரா எனப் புரியவில்லை. பெரும்பாலான இடங்களிலும், வீடுகளிலும் கூட பெரும்பாலானவர்களால், பெரும்பாலனவர்கள் அப்படித்தான் பார்க்கப்படுகிறார்கள்.

அப்படியான பார்வை படுதலின் விளிம்பில் நாங்கள் இருப்போம் போலிருக்கிறது.

அந்த நிலையே கூட அவரிடமிருந்து அப்படியான பேச்சுக்கள் வர காரணமாய் இருக்கலாம்.

எங்களது அலுவலகத்திற்கு வந்த இன்னொரு கஸ்டமர் சொன்னார் அவரைப் பற்றி அவர் இருக்கையில்!

இந்திய அளவில் புகழ்பெற்ற ஒரு வக்கீலின் பெயரைச் சொல்லி "அவருக்கெல்லாம் அண்ணன் இவர்" என்றார் நக்கலாக!

சொன்னவர் அவரது ஊர்க்காரரர் நான் சொன்னது அவரது காதில் மட்டும் கேட்டிருந்தால் தொலைந்தேன் இந்நேரம் என்றார்!

அப்படி எல்லாம் அவர் தொலையும் அளவிற்கோ கஸ்டமர் பேசிய பேச்சு அவரது செவிப் பறைகளுக்கு எட்டாத துரத்திலோ அவர் இல்லை. ஆனாலும் அப்படி ஒரு வார்த்தையை உதிர்த்தார் அந்த கஸ்டமர்.

கஸ்டமர் சொன்னது அவருக்கும் கேட்டிருக்கும் என்பதும், அவருக்கு கேட்டிருக்கும் என்பது கஸ்டமருக்கு தெரிந்திருக்கும் என்பதும் பரஸ்பரம் இருவரும் புரிந்து கொண்டதுதான்.

இப்படியான புரிதல்கள் மனதினுள் இருந்தும் வெளிக்காட்டிக் கொள்ளாமல் உள்ளுக்குள் புதைத்துக் கொண்டு புழுக்கள் ஊறி செல்லரித்து அழுகி நாற்றமெடுத்து கிடக்கும் உள்ளாக!

ஊறிக் கிடக்கும் பலவற்றில் இதுவும் ஒன்றாய் சேர்ந்து சேர்மானங்களின் குத்தகைக்கு விடப்பட்ட "குடோனாய்" ஆகிப்போய் உள்ளுக்குள்ளும், உள்ளின் உள்ளுக்குள்ளும் நடக்கிற சண்டைகளில் திடீர் எதிரிகளாயும், விரோதிகளாயும் ஆகிப்போகிற விநோதங்களும் நடந்து விடக்கூடும்.

அதன் வெளிப்பாடே இப்படி நக்கலாகவும், கோபமாகவும் குரூரமாகவும் வெளிப்படுவதுண்டு.

அந்த வெளிப்பாடுகளின் பிரதிபலிப்பை தாங்க மாட்டாத சம்மந்தப்பட்டவர்கள் மனம் கூசிப்போகிற வித்தையும், விநோதமும் தென்படும் நம் கண் முன்னே!

அதை வெளிக்காட்டாமல் அதற்கு மருந்து மாத்திரைப் போட்டு அமுக்கி தன்னை நிதானப்படுத்தி கட்டமைப்பிற்குள்

கொண்டு வருவதாய் காட்டிக் கொள்ளும் வித்தையை செய்பவராக உள்ள பலரில் அந்த இருவரும் தென்பட்டார்கள்.

அம்மாதியான வித்தையின் எல்லைக்குள் இலக்கான அவர் பல ஜாதிகள் உள்ள கிராமத்தில் வசித்தார்.

அவரது மனைவி, பிள்ளைகள் மூன்றுக்கும் எட்டும், பத்தும், பதினைந்தும் என ஆன போதே தாய் வீடு போய் விட்டாராம்.

இரண்டு ஆண் கடைசி பெண் பிள்ளையுடன் தஞ்சம் அடைந்த போது நிராகரிக்க முடியாத நிலையில் அவர்கள்!

ஆசிரியர் பணியிலிருந்து ரிட்டையர்டு ஆன தந்தை, ஆஸ்பத்திரிக்கும் வீட்டிற்கும் நடையாய் நடக்கும் தாய் இருவரும் தனித்து விடப்பட்ட நிலையில் இருந்தபோது பிள்ளைகளுடன் ஆன அவரது மனைவியின் தஞ்சம் அவர்களுக்கு பெரிய ஆறுதலாய் இருந்துள்ளது.

இப்படியான சம்பவம் நடந்த உடன், அல்லது நடக்க காத்திருக்கும் ஆள், படை, அம்பு, பஞ்சாயத்து எக்ஸ்ட்ரா எக்ஸ்ட்ரா எதுவுமே நடக்கவில்லை அவரது விசயத்தில்!

அவரும் இங்கிருந்து அந்த பக்கம் போகவில்லை அவர்களும் அங்கிருந்து இந்த பக்கம் வரவில்லை. பக்கத்து ஊர் அல்லது பத்து, இருபது கிலோ மீட்டர்களுக்கான தூரம் என்றால் பகை மறந்து பழக மறந்து பிள்ளைகளாவது வந்து எட்டிப் பார்த்து சென்றுவிட வாய்ப்புண்டு.

ஆனால் ஒரு தடவை போய் வருவது என்றாலோ, வந்து திரும்புவது என்றாலோ நாள் கணக்கிலும் நூற்றுக் கணக்கிலும், செலவாகி போகிற தூரத்திலிருந்தவர்கள் அதை நினைத்து பார்க்க வில்லை. அப்படி நினைத்துப் பார்த்த மனதிரண்டிலும் பரஸ்பரம வைராக்கியம் கோலாச்ச... டிராபிக் சிக்னலில் அகப்பட்டவர்கள் போல இருவரும் ஆளுக்கொருபக்கமாய் நின்றே போனார்கள்.

அவர்களின் நின்றல் அப்படியே நிலைத்துவிட சிலர் ட்ராபிக் சிக்னல்களாய் நின்று சகுனி வேலை பார்த்துக் கொண்டு இருந்தார்கள் நிரந்தரமாய்!

சின்னவள் வயசுக்கு வந்ததற்குக் கூட சொல்லி அனுப்பிப் போகவில்லை அவர்.

ஊர் சொல்லும் வழக்கமான வார்த்தையே அவர் போகாததற்கு காரணமாய் சொல்லப்பட்டது.

"பொம்பள அவளுக்கு இவ்வளவுனா, ஆம்பள எனக்கு... என முடித்திருக்கிறார். தனது கோபத்தையும் ஆதங்கத்தையும் ஆற்றாமையையும்!

அதையும் கூட தனது சட்டைப்பையிலிருந்து எடுத்த சட்ட நுணுக்கங்களின் துணையோடுதான் பேசியிருக்கிறார்.

எங்களது அலுவலகத்திற்கு எதிரிலிருக்கும் பெண்மணி கூட ஒரு தடவை என்னைக் கேட்டார். உங்களுக்கு ரெண்டு புள்ளைங்களும், ஆம்பளைப் பையன்னு சொல்றீங்களே, ஏன் அவர மாதிரி ஒரு பொண்ணைப் பெத்துக்கிற வேண்டியதுதான என்றார்.

"நீங்க என்ன அவரப் போலயா சட்டம் பேசிட்டு பொம்பளய நம்பாம வீட்டுக்குள்ள போட்டு கதவ அடைச்சிட்டுப் போகப் போறீங்க? கடைசி காலத்துல கஞ்சிக்கு வேணும்மின்னா ஒழுக்கமா ஒரு பொம்பளப்புள்ளையப் பெத்துக்கங்க. இல்லைன்னா ஒரு தட்ட ரெடி பண்ணி வச்சிக்கங்க. வீட்டு வீட்டுக்கு கஞ்சி வாங்கி குடிக்கிறதுக்கு என்றார்.

பெண் பிள்ளை என்றால் பாசத்திற்குக் கட்டுப்பட்டவர்கள் என்றும், ஆண் பிள்ளை என்றால் அதற்கு அப்பாற்ப்பட்டவர்கள் என்றும் உலவும், பேச்சும், சொல்லும் எதுவுமே அவருக்கு அப்பாற்பட்டவையாகவே காட்டப்பட்டது. அல்லது அப்படி ஆக்கி வைக்கப்பட்டது.

அதற்கான முழு முதற்காரணமாயும் அவர் ஆகிப்போனது அவரின் சாபமா, வரமா என பிடிபடாத நிலை என்கிறார்கள் ஊர்க்காரர்கள்!

அந்த சாப வரமே அவரது வைராக்கியத்திற்கு வேட்டு வைத்து விட்டது.

அவரது மனைவியனது வைராக்கியத்திற்கு எதிர் வைத்தியம் எனச் சொன்னார்கள் அவரின் செயலை!

அவரது பிடிவாதமும் எதிர்வாதமும், விதண்டாவாதமும், கரட்டு வழக்குகளும், அவரை இதுவரை ஒதுக்கப்பட்டவராகவே படம் பிடித்து பழக்கப்படுத்தி விட்டது.

அவரும் தனது சகவசிகளை "இன்மெச்சூரிட்டி" பெர்சன்களாகவே கருதியும் பழகியும், இடைவெளி பராமரித்தும், நெற்றியைத் தடவிக் கொண்டு திரிகிறார்.

"சிதறல்களினூடாக"

போகும் போது சென்ற வேகத்தில் இப்போது செல்ல இயலாது.

அன்பின் மனிதர் பாண்டியன் கட்டிக் கொடுத்த எழுது பொருட்கள் அடங்கிய பார்சல் இருக்கிறது.

இருபத்தியாறு வயது மட்டுமே நிரம்பிய சேட்டைக்கார முத்துவை வாங்கள், போங்கள், என்னய்யா, ஏதய்யா எனக்கூப்பிடுகையில், கும்பிடுகையில், வணக்கம் வைக்கையில், பணிந்து பேசுகையில் அவனைவிட ஒரு வயது கூடிய பாண்டியனை மனிதர் எனக் குறிப்பிடுவதில் தவறில்லை என நினைக்கிறேன். போகும்போது சென்ற அதே சைக்கிள்தான் அதே சாலைதான், அதே நான்தான்.

மஞ்சளும், பச்சையும், வெண்மையும், ஊதாவுமாக ஊடுருவி படர்ந்து, பாவி கலப்பின் பிசைவாக நிறம்காட்டும் மேகக்கூட்டமும், துணைநின்ற வெயிலும், காற்றும், நிழலுமான மப்பும், மந்தாரமான சூழலிரும், சைக்கிள் அழுத்திய வேகம், கால்தசைகளின் விரைப்பு மனிதர்கள்,

கடைகள், வாகனங்கள், சாலையின் இருமருங்கு, மரம், மண், பாலம். இதர, இதர, இதர என்கிறவையான சேர்த்தலில் ஊடுபாவாய் ஓடி நெய்த மனோநிலை மாற்றங்களாய் நிறைய, நிறையவே ஐந்தும், ஐந்துமாய் பத்து கிலோமீட்டர்கள், அலுவலக மாடி, தரைத்தளம், ரோடு, அதுதாண்டி பஜார், தெப்பம், முனிசிபல் ஆபிஸ், கருமாதிமடம் முக்கு, புது பஸ்ஸ்டாண்ட், ரயில்வேகேட், ஹவுசிங்போர்டு என கடந்து முடிகிற ஐந்தாவது கிலோமீட்டரின் முடிவில்தான் எங்களது தலைமை அலுவலகத்தின் மாடிக்கட்டிடம், தினசரி அல்லது வாரத்தின் நான்கு அல்லது ஐந்து நாட்களாவது அங்கு பயணிக்க வேண்டிய நிர்பந்தம் இருக்கிறது. கரும்பச்சை கலரிலான கைப்பையும், அதில் நானே எழுதி அலுவலக மேலாளரிடம் வாங்கிய கையெழுத்துடன் கூடிய கடிதமுமாக விரைகிறேன். விரைவு, விரைவு, விரைவு என்கிற உந்துதல் மனதிலும் உடலிலுமாக ஒன்று சேர்ந்து இறங்கி இயங்க, இறங்கிய வேகம் இப்படி தினசரிப் பயணமாய் விரிகிறது. அன்பும், ப்ரியமும், அதீதமும், அநாகரிகமும், நாகரிகமும் கலந்து கட்டி விதைக்கப்பட்டிருக்கிற அலுவலத்தில் எனது பதிவு நடக்கும் அன்றாடங்கள், சமயங்களில் என்னை மிகவும் பாதிப்படையச் செய்வதும், சந்தோஷப்பட வைப்பதும் உண்டு. அந்த அலுவலக வளாகத்தில் தான் தொழிற்சங்கத்தினர் உண்ணாவிரதம் இருந்ததைக் கண்டிருக்கிறேன். ஆர்ப்பாட்டம் நடத்துவரையும், வாயிற்க்கூட்டம் போடுவதையும், தர்ணா செய்வதையும் கண்டிருக்கிறேன். பணி நிரந்தம், ஊழியர் உரிமைகள், ஊழியர் நலன் என்கிற கோரிக்கைகளை வைத்து போராட்டம் நடத்திக் கொண்டு இருக்கிறார்கள்தான்.

சமீபத்தில் கூட மாதப்பத்திரிக்கை ஒன்றில் கட்டுரை எழுதியதற்காக பணி இடை நீக்கம் செய்யப்பட்ட மூன்று ஊழியர்களை திரும்பவும் பணியில் அமர்த்தும் வரை போராடி ஜெயித்துவிட்டார்கள். போராளி என்பவன்

பயணித்துக் கொண்டும் சிந்தித்துக் கொண்டும் இருக்க வேண்டும் என்பார். அவர் அடிக்கடி அவர் அப்படி உதாரணமாயும் இருந்து காட்டுவதையும் கண்ணாரக்கண்டிருக்கிறேன். அலுவலக வளாகத்தின் பெருவெளியெங்கும் பரவிக் கிடக்கிற தொழிற்சங்கத்தினரது, ஊழியர்களது, கேளிக்கைகளும், பெருமூச்சுக்களும், பேச்சுக்களும், ஆசைகளும், நிராசைகளும் உருவெடுக்கிற நாளும் நேரமும் போராட்டங்களால் விரிகின்ற என்கிற எளிய புரிதலோடு நான் நகண்டு கொண்டு இருக்கிறேன் அன்றாடங்களில் என் போன்று எத்தனை பேருக்கு அப்படி இருக்கும் என சரிவரத் தெரியவில்லை. போராட்டம் என்றால் நெஞ்சு நிமிர்த்தித் திரிவதும் அது இல்லை என்றால் நெஞ்சை சுருக்கிக் கொள்வதுமான நடவடிக்கைகளில் நினைக்கிற “டவுசர்பாண்டியனின்“ செயல்களாய் இல்லாமல் இயல்பாய் இருக்கிறதுதான் என் உள்வெளி இதுநாள் வரை!

சும்மா இல்லை, பதினைந்துமாக முப்பது ரூபாய் பயணப்படி உண்டு. அதில் டீ, காபி போக எஞ்சியவற்றை மனைவியிடம் கொடுத்து சேமிக்கும் பழக்கத்தைக் கொண்டிருக்கிறேன் இதுநாள் வரை!

தலைமை அலுவலகத்திற்கும், கிளை அலுவலகத்திற்குமாக நடக்கும் லட்சங்களிலும், கோடிகளிலுமான பணபரிவத்தனைகளை கொணர்ந்து சேர்ப்பவனாக நான், பணமாக அல்லாமல் பேப்பராக கொண்டு வருவதால் எளிதாகிப் போகிறதுண்டு. நல்லவை, கெட்டவை, நாலும் தெரிந்தவர்களான மனிதர்கள். மனிதர்களை காட்சிப்படுத்திய, சுமந்த கடைகள் இரு சக்கரவாகனம், சைக்கிள், லாரி, கார், பஸ் என எல்லாவற்றையும் கடந்து அதிவேகமாயும், வேகமாயும், மிதமாயும் பயணம் செய்து சென்ற நான் போகும் போது சென்ற வேகத்தில் இப்போது வரும்போது மிதிக்க இயலவில்லை. அதற்கு சைக்கிளும் ஒரு காரணமாகச் சொல்லப்படுகிறது. 2008ன் ஆரம்பத்தில் வாங்கப்பட்ட

சைக்கிள், அலுவலகத்தில் சைக்கிள் என்றால் பம்பர்கூட அனுமதி கிடையாது என்று சொன்னார்கள். அதையும் மீறி பம்பர், டைனமோ என வைத்து பின்னப்பட்ட புது சைக்கிள். அரசு சொத்து என்கிற ஒரே காரணத்தால் இப்படி பராமரிப்பின்றி பல் இளிக்கிறது.

ரோடு முதல் அலுவலகங்கள் வரை அப்படி ஆகிப் போனதை ஏற்றுக் கொண்டு வாழப் பழகிவிட்டோம்.

போன வாரம் தான் எழுபத்தியிரண்டு ரூபாய் செலவழித்து இருந்தேன். இந்த வாரமும் பராமரிப்புச்செலவு எனச் சொல்லி பில் கொண்டு போனால் மேலாளர் ஒப்புக் கொள்வாரா, எனத் தெரியவில்லை.

பரஸ்பரம் ஒப்புக் கொள்ளுதலும், ஏற்றுக் கொள்ளுதலுமற்ற மேலாளர்களும், அதிகாரிகளும், நிறைந்து போன அலுவலகங்களில் ஏதுமற்ற நிபந்தனையுடன் ஓடிக் கொண்டிருக்கிறது வண்டி.

நால்வழிச் சாலையின் அதீத விரிவாக்கத்தில் அடிபட்டுப் போன எல்லாவற்றையும் பார்த்தறிந்த காலங்கள் அழிந்து மாதங்கள் சிறிதுதான் ஆகிறது. நிழல் தரும் மரங்களும், நீர் நிறைந்த கண்மாய்களும், கிணறுகளும், நீர்நிலைகளும் ஏகத்துக்கு காணாமல் போய்விட்டன.

அப்படி காணாமலும், இல்லாமலுமாய் அழிக்கப்பட்டு புதிதாய் ஒரு சாலை உருவெடுத்து நிற்கும் போதுதான் தெரிகிறது. நம் நாட்டில் சாலை போட இத்தனை இயந்திரங்கள் இருக்கிறது என!

அந்த பாகங்களோடு பின்னிப் பிணைந்த உழைப்பின் மக்களது கரங்கள் விரித்த சாலையில் எனது பயணம்.

இப்போது கொஞ்சம் பரவாயில்லை. அரை குறையாய் போட்டும், போட்டு முடிக்கப்படாமலுமாய் இருந்த காலத்தில்

எந்த ரோட்டில் பயணம் செய்து எப்படி மீண்டு வருவதென்பதே தெரியாத பிரச்சனையாய் இருந்தது.

மாவட்ட விளையாட்டரங்கம், மாவட்ட ஆட்சியர் அலுவலகம், நீதிமன்றம், காவல்துறை கண்காணிப்பாளர் அலுவலகம், மகளிர் காவல்நிலையம் என விரிகிற வரிசையில் இருந்த எங்களது தலைமை அலுவலகத்தின் மாடியில்தான் பாண்டியன் பணிபுரிகிறான்.

அவன் கட்டிக் கொடுத்த பார்சல்தான் அது. இரண்டுக்கு ஒன்று அகல நீளமிருக்கும் பார்சல் சிறியதுதான் என்றாலும் கட்டிய இடத்திலிருந்து தூக்கி எறிந்தாலும் ஒன்றும் ஆகிவிடாது போல் இருந்தது.

அப்படித்தான் கட்டுவான். நான்கைந்து நோட்டுகள் வவுச்சர்கள், பிளாஸ்டிக்குள் என எதானாலும் சரி, சரசரவென அடுக்கிக் கட்டிவிடுவான். அவனது கைவேகம், மனவேகம், செயல்வேகம் எல்லாம் அதிகாரிகளுக்கு பிடித்துப் போக அவன் அந்த செக்ஷனிலேயே இருத்தி வைக்கப்படுகிறான்.

அப்படியெல்லாம் பார்சல் கட்டும் செக்ஷனுக்கு தகுந்தபடி அவன் ஓங்குதாங்கான அல்லது உடல்திரண்ட ஆளெல்லாம் கிடையாது. போனால் போகட்டும் என ஆங்காங்கே உடலில் சதை ஒட்டிக்கிடந்தது. சொன்னதைக் கேட்கிறான். செய்யச் சொன்னதை செய்கிறான். சாவியை எவ்வளவு இறுக்கச் சுழற்றிவிட்டாலும் ஓடிக் கொண்டேயிருக்கிறான்.

பின் என்ன இது போதாதா?

ஆனால் அவனைப்பற்றிய பேச்சு வேறு ஒருமாதிரியாக இருந்தது. ஒண்ட வந்த இடத்தில் நிரந்தரமாய் தங்கிவிட்டான் என்கிறார்கள். சரிவிடுங்கள். தேவையை ஒட்டி ஏதோ செய்துவிட்டான். அவர்களும் தேவையை ஒட்டி அவனை வைத்துக் கொண்டார்கள். அவனும் உயரதிகாரிகளை கைக்குள் போட்டுக் கொண்டு மற்ற எல்லோரையும்

ஆட்டுவிக்கிறான் என்பதே பிரதானப் பேச்சாயும் பதிவாகவும் இருந்தது அலுவலகத்தில்! இது தவிர அவனது உடல்மொழி.... என இழுக்கிறார்கள் அறிந்தவர்கள். கொரியர் மூலமாக தபால் போட வந்தவன் அலுவலகப்பணி நிலையைப் பார்த்து வேலைக்கு ஒட்டிக் கொண்டான். அங்கிருந்த வெற்றிடத்தேவையும் அவன் வரவை ஏற்றுக் கொண்டது. பணிக்குச் சேர்ந்த சிறிது நாட்களிலேயே அலுவலகத்தில் உள்ள அனைவரது மனோநிலையையும் அறியாவிட்டாலும் கூட சிலரின் மனோநிலை அறிந்து அனுசரித்துப் போய்விடுவதில் வல்லமை பெற்றவனாகிப் போகிறான். நான், நீ, நாங்கள், அவர் அவர்கள் என்கிற வகை, தொகை வைக்காத மனிதனாய் பாண்டியன். பேச்சுக்கள், பேச்சுக்கள், பேச்சுக்கள் நல்லவனைப் பற்றி கெட்டவன் பற்றி, வாழ்ந்தவனைப் பற்றி, தாழ்ந்தவனைப்பற்றி என எங்கு இல்லை பேச்சுகள். அதிலும் பெண் பற்றிய பேச்சு என்றால் கேட்கவே வேண்டாம். நாக்கும், மனதும் இஷ்டத்திற்கு வளையும், படுபயங்கர வேகத்தில் கயிற்றை வீசி சுருக்கைத் தரித்து தொங்கவிட்டு விடுகிறார்கள். யார், என்ன, ஏது சம்பந்தப்பட்டவர் கருப்பா, சிகப்பா என்பது கூடத் தெரியாமல் பேச்சில் சேர்ந்து சுவாரஸ்யப்பட்டு நாக்கைச் சப்புக் கொட்டித் திரியவர்கள் உண்டு நிறையவே!

அதிலும் பாண்டியன் போன்ற நிரந்தரமற்ற வேலைக்காரர்களைப் பற்றிப் பேசுவதில் கெட்டிக்காரர்கள் நிறைந்தே தெரிந்தார்கள். எங்களது அலுவலக பெருந்திட்டவளாகமெங்கும்!

நேற்று பணியில் சேர்ந்தவர்களிலிருந்து, நாளை பணி ஓய்வு பெறப் போகிறவர் வரை அதைத்தான் செய்கிறார்கள். அவர்களுக்கு அதில் ஏற்படுகிற அற்ப திருப்தி இருக்கிறதே. அடேயப்பா, உலக மகா நிம்மதி என்கிறார்கள் அற்பத்தனமாக! இதில் விதிவிலக்காய் யாரையும் சொல்ல முடியவில்லை. அரை வேக்காடும் சரி, முழுதாய் வெந்து

பழுத்தவர்களாய் காட்டிக் கொள்பவரும் சரி அப்படித்தான் என்கிறது அலுவலக வட்டாரம். தான் நினைத்த நேரத்தில் நினைத்த காரியம், நினைத்தவர் மூலமாக நடைபெறவில்லையென்றால் அவர் கெட்டவர் சொல்படி கேளாதவர், கீழ்ப்படியாதவன், மதிக்கத் தெரியாதவன் எந்த மனித குணங்களும் அற்றவன் என காட்சிப்படுத்தப்படுகிறான். அப்படியெல்லாம் காட்சிப்படுத்துகிறவனை ஓரம் கட்டி பெயரைக் கெடுத்து அவன் எதற்கும் லாயக்கற்றவன் என முத்திரை குத்தி பேச்சை அவிழ்த்தும் விட்டுவிடுகிறார்கள். அம்மாதிரியான பேச்சிற்கும், சொல்லிற்கும், வெஞ்சினத்திற்குமாய் இலக்காகியும் அதிலிருந்து தப்பித்தும் காத்துக் கொண்டு வெளியேறி வந்தவனாய் இருக்கிறான் பாண்டியன் இன்றளவும்! அவனிடமிருந்து பார்சல்தான் இது என்கிற உளக்கிடக்கையுடனும், அவனுக்கிருந்த ஒரு பெண் மீதான அபிமானம் பற்றிய நினைப்புடனும் செல்லும் போது சென்ற வேகத்தில் இப்போது சைக்கிள் மிதிக்க இயலாது என்கிற மனோநிலையுடனும் திரும்பிச் சென்று கொண்டிருக்கிறேன் அலுவலம் நோக்கி!

அரூபங்களாய்....

தட்ப வெட்ப நிலைக்கு ஏற்ப மாறுபவராக மட்டும் அல்லாமல் சூழ்நிலைக்கேற்பவும் மாறியே ஆக வேண்டிய கட்டாயத்தில் மனிதர்கள்.

அனைவரின் பார்வையிலும் பேச்சிலும் நடவடிக்கையிலும் எது எப்படி பிரதிபலிக்கும் என சரியாகத் தெரியவில்லையாயினும் கூட.... பழனிராஜன் செயலில் எல்லாம் சரியாகவே பிரதிபலித்தது.

மழை, வெயில், வெள்ளம், புயல் எல்லாம் தாங்கியும் உள் வாங்கியும் பல பரிமாணங்கள் காட்டுபவராய் பழனிராஜன்!

பிளவுண்ட சுரங்கள் ஏதுமற்ற அந்தப் பகுதியில் தூரத்தே வரும் நடையசைவு அவர்தான் என்பதை உறுதி செய்கிறது.

சுரங்கங்கள் இல்லாவிட்டால் என்ன? தற்போது பெய்த மழைக்கு மெயின் ரோட்டில் ஆங்காங்கே ஏற்பட்டிருக்கும் தற்காலிக குளம் குட்டைகளைத் தாண்டியும் வளைந்தும் நெளிந்தும் வர வேண்டிய நெளிவு சுளிவு பயின்றவராய் அதன் அடிப்படையில் வந்து கொண்டிருந்தார்.

அவரது குச்சிக் குச்சியான கைகளும் கால்களும் ஒடுங்கிய உடலும் ஒட்டிப்போன கன்னங்களும் குழி விழுந்த கண்களும் முகத்தில் குத்திட்டு நின்ற முள்ளு முள்ளான தாடியும் அவரது அடையாளத்தை நிரந்தரமாக பறை சாட்டுபவையாக! அவரின் முழு அடையாளமே இந்த ஒடுங்கிய உடல் தவிர்த்து வேறொன்றுமில்லை போலிருக்கிறது என யோசித்துக் கொண்டிருக்கும் போது தான்... வந்து கொண்டிருந்தவரை காணவில்லை.

வீட்டிற்குத் திரும்பிப் போகுமளவிற்கு அவரது வீடும் பக்கம் இல்லையே?

பக்கமாகவே இருந்தாலும் வந்தவர் திரும்பிப் போக அல்லது இப்படி மாயமாய் மறைந்து போவதற்கான வலுவான காரணம் ஏதும் இருப்பதாக தெரியவில்லையே?

அப்படியே அவசரமாக மலம் கழிக்கப் போக வேண்டுமென்றாலும் டீக்குடிக்காமல் அந்தக் காரியம் அவரால் சாத்தியப்படாதே!

பின் எப்படி?

இங்கு ஒன்றும் புகழ்பெற்ற மேஜிக் நிபுணரின் ஷோ எதுவும் நடக்கவில்லையே நடந்து வந்த அவரை மறைந்து போகச் செய்யுமளவிற்கு!

அல்லது இங்கு பக்கத்தில் ஏதும் பசுஞ்சோலைகள் இல்லையே இறகு முளைத்து பறந்து போவதற்கு!

ஒரு வேளை பக்கத்து சந்தில் நுழைந்து நண்பர்கள் உறவினர்கள் யாராவது வீட்டிற்கு...?

சரி பார்த்து வரலாம் என அவரின் நடையசைவு கானலாய் தெரிந்த இடம் நோக்கி நடக்கிறேன்.

அந்த அதிகாலையில் அதுவும் மழைக் காலங்களில் வெம்பா படர்வது இயற்கை தான்.

அதற்காக இப்படியா தமிழ் சினிமாவின் கனவுக் காட்சிகளில் வருவது போல கலர் கலர் புகையாக!

புகையை ஊடறுத்துப் போகையில் ரோட்டின் இருபக்கமுமிருந்த கடைகள் வீடுகள் மனிதர்கள் எல்லாம் பார்வையிருந்து மெல்ல மெல்ல மறைந்து புகை மண்டலத்தின் ஊடாக சாலையின் குளம் குட்டை மட்டுமே காட்சியளித்தன.

நானும் குளம் குட்டைகளும் பழனிராஜனின் நினைவுகளும் மட்டுமே இருந்த அந்த இடத்தில் அந்த நேரத்தில் திடீரென அப்படியெல்லாம் அவ்வளவு பெரிய சப்தத்தில் பூமியை பிளக்கச் செய்தது யாராக இருக்கும்?

அட நம்ம பழனிராஜன் தான்!

கையில் தூக்கு வாளியுடன் வந்தவர் ஏதோ ஞாபகத்தில் ரோட்டிலிருந்த குட்டையில் கால் இடறி விழுந்து விட்டார்.

அவரது 54 கிலோ எடை கொண்ட உடலை தாங்காத பூமி மாதா நீரை மட்டுமல்லாது மண்ணையும் பிளந்து அவரை உள்ளே விட்டுவிடுகிறாள்.

உள்ளே சென்றவர் சுழற்சி முறையில் நான்கைந்து டைவ் அடித்து ஓரிடத்தில் நிற்கிறார்.

அவரது கண்களிலிருந்து வெளிச்சம் சுரக்க சில நிமிடங்கள் ஆகிறது. மூன்று செல்கள் போட்ட டார்ச் லைட் வெளிச்சத்திற்கு சற்றும் குறையாமல் அவரது கண்களிலிருந்து சுற்றி சுழன்ற வெளிச்சம் அந்த இடத்தை படம் பிடித்துக் காட்டியது. கேபிள் டெலிபோன் வயர்களும் தண்ணீர் குழாய்களும் மரத்தின் வேர்களும் ஊடறுத்துச் சென்ற மண் அடுக்குகளில் எந்தவித போக்குவரத்தும் ட்ராப்பிக்

சிக்னல்களும் அன்றி சுத்தமாக துடைத்து எடுத்திருப்பதைப் போல உணர்ந்தார்.

வசதி இருக்குமானால் அங்கேயே இடம் வாங்கி வீடு கட்டி குடியிருந்து விடலாம் போல இருக்கிறதே.

ஆனால் ஆத்திர அவசரத்திற்கு தேவைகளுக்கு உடல் நோவு சிக்கன் குனியா போன்ற காய்ச்சல் நேரத்தில் ஆட்டோ பிடித்துக் கொண்டு ஆஸ்பத்திரிக்கு ஓட என இங்கு வசதிப்படாது.

என்னதான் போட்டி பொறாமை சண்டை சச்சரவு எத்தனைதான் உண்டென்றாலும் மனிதர்கள் நிறைந்த இடம் போல இருக்காது.

பசி பஞ்சம் பட்டினி ஏற்ற தாழ்வு படிப்பின்மை வேலையின்மை என எத்தனை இருந்த போதும் கூட...

ஆளரவற்ற இந்த அத்துவான வெளியில் வெறுமை அங்கு இல்லை தான் என நினைத்தவாறே அடி எடுத்து வைத்த அவரால் நடக்க முடியவில்லை.

மர வேர்களும் குழாய்களும் கேபிள் வயர்களும் அவரது காலை இடறி விழ விழுந்து விட்டார் கீழே!

விழுந்த உடலை தூக்கி எழுந்து கொள்ள முடியவில்லை.

உடல் தரையில் ஒட்டாமல் மிதக்கிறது. மிதந்த உடல் மிதந்தவாறே இருக்க மரவேர்களையும் கேபிள் வயர்களையும் குழாய்களையும் பிடித்துத் தொங்கியவாறே பூமியைக் கிழித்துக் கொண்டு நீந்தியும் பயணமாகிறார்.

கிலோ மீட்டர் வேகத்தைக் கடந்த அதற்குள் அடைபடாத அவர் பயணம் அது ஒரு போக்காகவே!

"மடியில் கனமில்லை வழியில் பயமில்லை" என்கிற இலக்கணத்தை மீறாத பயணம்.

இங்கு தினசரி அவர் ஓட்டிச் செல்லும் துருப்பிடித்த சைக்கிள் கிடையாது.

பி.கி. பட்டதாரியான அவர் அந்த 40 வயதிலும் எழுத்துக்களை அச்சுக் கோர்க்கவும், நோட்டீஸ் டிசைன் பண்ணவும் ரப்பர் ஸ்டாம்ப் செய்யவும் போஸ்டர் அடிக்கவும் என பிரிண்டிங் பிரஸ் உழைப்பில் தனது உடலையும் மனதையும் தேய்த்துக் கொண்டவராக இருக்க வேண்டிய கட்டாயமற்ற அந்த நகர்வு அவருக்கு இதமளிப்பதாகவே!

அதிலும் அந்தப் பிரஸ்ஸில் முதலாளியும் அவரது நினைவுகளும் சுற்றி வராத நேரங்களில் வாய்க்கும் வேலை சுத்தமும் தொழில் நுணுக்கமும் கற்பனைத்திறனும் செய் நேர்த்தியும் எல்லா நேரங்களிலும் வாய்ப்பதில்லை.

டீ வாங்கி வரவும் சாப்பாடு வாங்கி வரவும் சிகரெட் வாங்கி வரவும் எனவுமான சில்லறை வேலைகளை ஏவவும் கூட அவருக்கு தன் போன்ற ஒரு பட்டதாரியே தேவைப்படுகிறது.

நல்ல வேளையாக வீட்டின் பாத்ரூம் லெட்ரினை கழுவச் சொல்லவில்லையே என்கிற சுய திருப்தியுடன் அகப்பட்ட இடத்தில் சுழன்று கொண்டிருக்கும் “ஐந்துவாகவும் ஒரு செல் உயிரியைப் போலவும்“ என்கிற சுய பச்சாதாபமான நினைப்பு அவருள் மேலிட மேலிட வேகம் கூடிய பயணமாய் விரைகிறார்.

எல்கைகள் அற்ற அந்தப் பயணம் அவரை ஒரு மண்ணுலக நாயகனாக சித்தரிக்கப் பயன்படலாம் என்பதும் அவரது உயரிய எண்ணமாக!

அந்த உயரிய எண்ணத்துடனேயே வழியில் வந்த குளம் குட்டை கண்மாய் ஏரிகளில் முன் நீச்சல் பின் நீச்சல் முங்கு டைவ் என தூள் கிளப்பியவாறே செல்கிறார்.

அந்த தூள் கிளப்புதலின் ஊடாக தென்பட்ட நீர் வாழ் உயிரிகளுடன் அவர் தன் கதையை பகிர்ந்து கொள்ளத் தவறவில்லை.

மீனிடம் சொன்ன கதையை தவளையிடம் கதையை நண்டிடமும் மாற்றி மாற்றிச் சொன்ன வித்தையை கை கொண்டார் அவர். நீர் மாசுபடுதலின் காரணமாக தன் இனம் அழியும் கதையை கோபமாகவும் சோகமாகவும் சொல்லத் தவறவில்லை அவைகளும்!

கலர் கலராகவும் சீரான சம்பவக் கோர்வைகளுடனும் கதையைச் சொல்லியவாறே பாய்ச்சல் வேகத்தில் போய்க் கொண்டிருந்த அவர் முன் அடைப்பட்ட கதவாக வந்து நிற்கிறது மிகப்பெரிய சுவர்.

அந்த சுவரில் வரையப்பட்டிருந்த பரமபத விளையாட்டு பாம்பின் வால் பிடித்து ஏறி சுவரை எகிறிக்குதிக்கிறார்.

சுவரின் அந்தப்பக்கம் நீர் வாழ் உயிரினங்கள் அற்ற நில வாழ் உயிரினங்களே!

அந்த உயிரினங்கள் வாழும் இடத்தில் ஆக்ரமித்துக் கட்டப்பட்ட வீடுகளும் அலுவலகங்களும் தொழிற்சாலைகளுமாய்!

அதன் இடங்களில் குடிபெயர்ந்து விட்ட மனித இனத்தின் மீது தீராத கோபம் கொண்டலைந்த ஜந்துக்கள் மனித உருக் கொண்ட இவரை முறைப்பும் கோபத்துடனுமாய் நோக்கி முன்னேறி வர ஒற்றைக் கையில் அவற்றை தட்டியராய் முன்னேறுகிறார் இன்னும் இன்னும்!

அவர் முன்னேற முன்னேற முன்னேற... நிலப்பரப்பு கடந்து கடந்து பின் செல்கிறது.

நீர் கருவேலையும் இன்னமும் பிற மரங்களுமாய் தோப்பாய் அடர்ந்து நின்ற பெரு வெளியில் சகதியும் முட்களும் இலைகளுமாய்!

அந்த இடத்தைக் கடந்து எப்படி போவது என யோசித்துக் கொண்டிருக்கையில் தான் தூரத்தில் இருந்த டீக்கடை தெரிந்தது.

அவர் கேட்காமலேயே அவர் முன் நீண்ட டீக் கிளாஸ் வெங்கலகும்பா சைஸில்!

நான்கே மடக்குகளில் அவர் குடித்த டீக்கு காசு வாங்கிய டீக்கடைக்காரன் பக்கத்திலிருந்த அலுவலகத்தைக் காட்டி ஏதோ சொன்னான்.

அவன் சொன்னது அவரது காதில் விழவில்லை. காற்றோடு கலந்த தெள்ளமுதாய் அவனது பேச்சு கலந்து போனது.

அங்கிருந்து வெளி வந்தவர்களை நிறுத்திக் கேட்ட போது தான் தெரிந்தது.

அது ஒரு தனியார்துறை அலுவலகமென!

வெளிவந்தவர்கள் யாவரும் தபால் டெலிவரி ஃபாய்கள்!

மேன்களுக்கு எல்லாம் இடமில்லை என கூறி விட்டார்களாம்.

அவர்களைப்பற்றி தான் யாவருமே யோசிப்பது இல்லையே இங்கு!

அவர்கள் பாட்டுக்கு வெந்ததை தின்று விட்டு விதி வந்தால் போய் சேருவோம் என...!

வெளிவந்தவர்கள் யாவரின் உடலிலும் எக்ஸட்ராவாக இரண்டு இரண்டு கைகள்.

இரண்டு இரண்டு கால்கள் கைகளின் பக்கவாட்டாக புஜங்களில் இரண்டு இரண்டு இறக்கைகள்!

அவர்கள் பறந்தும் நடந்தும் ஓடியும் விரைவாகவும் செயல்பட அந்த நிர்வாகத்தின் ஏற்பாடு.

அவர்களின் அக்கறை முழுவதும் ஒட்ட வைக்கப்பட்ட இறக்கை கை கால்களில் சடுதியான உழைப்பும் அவர்களது பம்பர சுழற்சி பற்றியதுமான அக்கறை தானே தவிர அவர்களைப்பற்றியல்ல என சொன்னார்கள் அவரிடம் ஒரு சிலர்!

அந்த ஒரு சிலர் மட்டுமல்ல அந்தக் கூட்டத்தில் யாருமே நல்ல ஃபேண்ட் சர்ட் போட்டிருக்கவில்லை. சிலரது செருப்பு அதற்கு மேலும் தைக்க முடியாது என்கிற நிலையில் பல தையல் கண்டிருந்தது. எண்ணெய் வழிந்து வாடிப்போய் கசலையாய்த் தெரியும் ஷேவிங் செய்யப்படாத முகம் தான் பலரது அடையாளமாக! +2 விலிருந்து ஙிநீஷீனீ படித்த பட்டதாரி வரை இருந்த அவர்கள் அனைவருமே இளவயதுக்காரர்களாகவே! ரூ1000/ ரூ1500/ ஐத் தாண்டாத அவர்களின் சம்பளம் சீனியர் ஜீனியர் என ரக வாரியாக!

காலையில் ஒன்பது மணிக்கு ஆரம்பிக்கிறது அவர்களது யந்திரத்தனமான வாழ்க்கை!

ஊர் வாரியாக பிரிக்கப்பட்ட அந்த தபால்களை பெரிய பெரிய பைகளில் திணித்துக் கொண்டு ஓடுகிறார்கள் சிலர் பஸ்ஸிலும் சிலர் சைக்கிளிலுமாய்!

தனது மனைவியைக் கூட சேர்த்து விடலாம் படிப்பிருந்தால்!

ஆனால் அவளிடம் அதைத் தவிர மற்ற எல்லாம் இருந்தது.

சாயம் போன ஜாக்கெட்டும் ஒட்டுப்போட்ட பூனம் சேலையுமாய் இருக்கும் அவளது மன விலாசம் அவர்கள் வசிக்கும் தெருவில் யாருக்கும் இல்லை தான்.

அதனாலேயே சொந்தக்காரர்கள் அக்கம் பக்கம் உடன் பிறப்புக்கள் இவர்களால் இப்படி இகழ்ப்பமாக பார்க்கப்படும் அவலம் அவரையும் அவரது மனைவி மக்களைச் சுற்றியும் அழிச்சகதியாய் போர்த்தப்பட்டுக் கிடந்தது.

போர்த்தப்பட்ட சகதியை மலையாய் அள்ளிக் குவிக்க ஆளாளுக்கு ரெடியாய் இருக்கிறார்கள்.

மொத்தத்தில் புறந்தள்ளலுக்கான ஒரு சாக்கு தேவைப்படுகிறது. அந்த சாக்கு அநேக நேரங்களில் பணத்தையும் பொருளாதாரத்தையும் மட்டுமே காரணம் வைத்து நிர்ணயிக்கப்படுகிறது.

அந்த நிர்ணயிப்பில் தப்பிப் போகாத உறவினர்களோ நண்பர்களோ தோழர்களோ மிக மிகக் குறைவுதான்!

அந்த குறைவும் நிறைவுமாய் நகரும் வாழ்க்கை வாய்த்திருந்த அனேகரில் ஒருவராய் இருந்த தன் வாழ்க்கை இப்படி சீரழிந்து சின்னா பின்னப்பட்டு... என்கிற நினைப்புடன் திரும்பிய பழனிராஜை “என்ன சௌக்கியமா?“ என்ற குரல் தடுத்து நிறுத்துகிறது.

கேட்டவரின் முகம் தனது கல்லூரி வாத்தியாரை ஞாபகப்படுத்தியது.

தனது இருபது வயதிலேயே அவருக்கு வயது 58 எனும் போது இந்நேரம் அவர் இறந்து புதைத்த இடத்தில் புல் முளைத்திருக்குமே!

ஒரு வேளை சுடுகாட்டிலிருந்து எழுந்து நேராக இங்கு வந்திருப்பாரோ?

உடம்பெல்லாம் ஒரே சாம்பலாக உள்ளதே?

உங்களுக்கென்ன வாழ்ந்த காலங்களில் அரசு உத்தியோகஸ்தராய் உத்தியோகம்.

நீங்கள் வேலை பார்த்த நிறுவனம் எப்படி இருப்பினும் மனித மனதுடன் வேலை பார்க்காவிட்டாலும் வெறும் பிண்டமாக நீங்கள் அலைந்த போதும் கூட சம்பளம் லோன் வசதி சொந்த வீடு கார் டூவீலர் என எக்ஸ்ட்ரா எக்ஸ்ட்ராவுடன் வாழ்ந்த உங்களைப் போல் இருந்தவர்களுக்கு என்ன?

அதிலும் வாத்தியார் உத்தியோகம் பார்ப்பவர்கள் டீச்சர் வேலைக்குப் போகும் பெண்ணைத் தான் தேடிப் போய் திருமணம் செய்து கொள்வேன் என்கிறீர்கள்.

சரி திருமணமும் முடிந்து விடுகிறது உங்களது வீட்டின் இரட்டை வருமானம் பக்கத்து வீட்டுக்காரரின் ஒற்றை வருமானம் எதிர்த்த வீட்டுக்காரரின் நிரந்தரமில்லாத வருமானம் என்கிற ஏற்ற தாழ்வுகளை பார்க்க மறந்து குழந்தை குட்டி சொந்த வீடு வட்டி வருமானம் ரியல் எஸ்டேட் பங்குச்சந்தை என இறங்கி விடுகிறீர்கள்.

பள்ளிகளிலும், கல்லூரிகளிலும் விவாதிக்கப்படும் பேசப்படும் பொருளாக பாடங்களோ அல்லது பொது விஷயங்களோ அன்றி உங்களது சொந்த விஷயம் தானே பேசப்படுகிறது அலசி ஆராயப்படுகிறது.

அதிலும் உங்களது சொந்த விருப்பு வெறுப்புகள் வன்மங்களை கடந்து இந்த வருடம் இத்தனை மாணவர்கள் தலைசிறந்தவர்களாக உருவாக்குவேன் என எந்த ஆசிரியரும் வெளிப்படையாகவோ மனதினுள்ளோ சூளுரைத்ததாக ஞாபகம் இல்லை அல்லது கேள்விப்பட்டது கூட இல்லை. இது வரை நான்!

விதி விலக்காக உள்ள சிறிதளவானவர்களை ஆவரேஜ் ஆக உள்ள பெரும்பான்மையினர் அமுக்கி வெளியில் தெரியவிடாமல் செய்து விடுகின்றனர்.

பின் எப்படி நாங்கஎெல்லாம்? ஏதோ தட்டுத் தடுமாறி அரசு வேலைக்குப் போய் நல்லபடியாக வாழ்ந்து மூச்சு விட்டு உங்களை மாதிரி ஆட்களைப்பார்த்து பெருமூச்சு விட்டுக் கொண்டு திரிகிறோம் எனச் சொன்ன பழனிவேல்ராஜன் போன்ற சராசரி பட்டதாரிகளை தினசரிகளின் வாண்டட் காலங்களும் இண்டர்வியூக்களும் வேலைக்காகப் போட்ட மனுக்களும் அவரை ஏமாற்றி குப்பறத்தள்ளி குழிபறித்து விட்டது.

பறித்த குழியின் மறு பக்கமாய் எழுந்த அவர் வேலை தேடிய அலைச்சல் அவமானம் இன்னும் சும்மா தான் இருக்குறயா என்கிற நக்கல் தொனிக்கிற கேள்விகள் மனதை குத்திக் கிழிக்கிற ஏளனப் பார்வைகள் எல்லாமும் ஒன்று சேர்ந்து அவரது காத்திருப்பையும் எதிர்பார்ப்பையும் பின்னுக்குத்தள்ளி அவரை நோகச் செய்ய அவர் வந்து வேலைக்குச் சேர்ந்த இடம்தான் மிதிரைராஜன் பிரிண்டிங் பிரஸ்!

அந்த பிரிண்டிங் பிரஸ்ஸின் தூசியும் மையும் தாள்களின் அழுக்கும் பழகிப் போய்விட சிறிது நாட்களில் கை தேர்ந்த வேலைக்காரர் ஆனார்.

அவரது வேலைத் தெளிவிலேயே அந்த பிரஸ் செழித்தது என சொல்லவும் வேண்டுமா?

இனி தனக்கு விதிக்கப்பட்டது இந்த பிரஸ் தான் என்பதாய் அவரது வாழ்வு அங்கேயே அர்ப்பமானது.

ஆகா வேலைக்குப் போகிற எந்த பிரக்ஞையுமற்று இந்த வனாந்திரப் பிரதேசத்தில் வந்து நிற்கிறோமே என்கிற ஆதங்கத்துடனும் பயத்துடனும் தனது வாழ்க்கை இனி இந்த

பாதாளத்திலேயே கழிந்து விடுமோ என்கிற எண்ணம் அவருள் அவசர அவசரமாக மேலோங்க வந்த வழியாகவே வந்த மாதரியாகவே திரும்புகிறார்.

அவரின் திரும்புதலுக்கு எந்த இடைஞ்சலும் இருந்திருக்கவில்லை.

பழனிராஜை நான் பார்ப்பதற்காய்ப் போய் நின்ற இடத்திற்கு சற்றுத்தள்ளி தரை மேலெழுந்து புடைத்து தண்ணீர் விலகி வழி விட பழனிராஜன் தரையின் உள்ளிருந்து குதித்து வருகிறார்.

எழுந்து நின்றவர் என்னைப் பார்த்ததும் வணக்கம் சொல்லிவிட்டு எனது கையை திருப்பி வாட்சில் மணி பார்க்கிறார்.

ஆகா வேலைக்கு நேரமாச்சு இன்னைக்கி பத்து ரப்பர் ஸ்டாம்புகள் செய்து முடிக்க வேண்டும் எனக்கூறி விட்டுச் சென்ற மிதிலைராஜன் பிரஸ் பழனிராஜனின் பெயரில் இதுவரை ஒரு ரப்பர் ஸ்டாம்போ விசிட்டிங் கார்டோ கிடையாது.

அறிவு நாயும் அதன் எஜமானரும்

அறிவு என்பது எங்கள் பக்கத்து வீட்டு நாய்! ரெண்டு அடி நீளமும், ஒரு அடி உயரமும் கொண்டு புஷ்டியாய் உடல் தடித்துத் தெரியும் குட்டையான நாய்.

அடர்ந்து வளர்ந்து தெரியும் குரோட்டன்ஸ் செடியின் இலைகளாய் அறிவு நாயின் உடலெங்கும் புசுபுசுவென முடி! குட்டையான கால்களில் வளர்ந்து தொங்கிய முடியை வெட்டி விட்டிருந்தார்கள். முடிகளற்ற நான்கு கால்களும், எலும்புகளாய் தெரிய அதன் மேல் பொருத்தி வைக்கப்பட்ட பொம்மையாய் அறிவு நாய்!

சின்ன வாலையும், குட்டியோண்டு மூஞ்சியையும் தூக்கிக் கொண்டு "வவ், வவ்" என்ற சத்தத்துடன் லேசாக குரைக்கும். அதன் ஓங்கிய சத்தம் அறிவு நாயின் எஜமானர் வீட்டு அடுப்படிக்குக் கேட்டாலே அதிகம்.

அறிவு நாய் குரைக்கும் போது ஒரு அதிசயத்தை நிகழ்த்தும். அதிர்ஷ்டம் உள்ளவர்களுக்கே அந்தக் காட்சியைக் காணும் பாக்கியம் கிட்டும். குரைக்கும் போது ஒரு இடத்தில் நின்று

குரைக்காது அறிவு நாய்! நின்ற இடத்திலேலே நான்கைந்து முறை சுற்றும். வலப்புறமும், இடப்புறமும்!

வவ்..... வவ்..... வவ்.....

நான் ரவுண்ட் டாக் என்று கேலியாகக் கூட சொல்வதுண்டு! அந்த பெமோரெனியன் நாயை! நீளமான காம்பவுண்ட் சுவர் வளர்ந்த பெரிய வீடு. எழுநூறு, எண்ணூறு சதுர அடியில் நிறுத்தி வைக்கப்பட்டிருந்த அந்த வீட்டில் அறிவு நாய்க்கென ஒரு ரூம் உண்டு. வீட்டின் பின்பக்கம் லெட்ரின் பாத்ரூமை ஒட்டியே நான்கு பக்கமும் தகரம் வைத்து மறைக்கப்பட்டு மேலே ஆஸ்பெஸ்டாஸ் கூரை வேயப்பட்ட ரூம்.

அதன் முன் முகப்பில் இறக்கப்பட்டிருந்த சின்ன கூரை ஷெட்தான் அதன் வாசஸ்தலம்! அங்குதான் சாப்பாடு, தண்ணீர், பால், பிஸ்கட் எல்லாம்! “ஆய் இருக்க, ஒண்ணுக்கிருக்க“ அதற்கு தனி நேரங்கள் இருந்தன. அந்த நேரத்தில்தான் அது இருக்க வேண்டும்.

அறிவு நாயின் எஜமானார் தினசரி காலையிலும், மாலையிலும் அதை அவிழ்த்து விடுவார். அது பாத்ரூமை ஒட்டிய செப்டிக் டேங்க் மேல் ஏறி இயற்கை உபாதைகளை கழித்து விட்டு வரும். அதை வீட்டு வேலைக்காரி சுத்தம் செய்து விடுவாள்.

வீட்டின் முகப்பு கேட்டையும், முன்பக்க சிமெண்ட் வெளியையும் தாண்டி ஐந்து படிகள் ஏறினால் சின்னதாய் முன் பக்க வரண்டா! அதைத் தாண்டி பெரியதாக ஹால்! வராண்டா, ஹால் இரண்டின் நீளத்திற்குமாய் மூன்று ரூம்கள் பக்கவாட்டாக!

பெட்ரூம், கிச்சன், ஸ்டோர் ரூம், அதைத் தாண்டி பின்பக்கம், லெட்ரின், பாத்ரூம்! வீடு நின்ற இடம் போக மீதம் இடத்தை காம்பவுண்ட் சுவர் வைத்து

அடைத்திருந்தார்கள். அதற்குள், தென்னை, வாழை, வேப்பமரம், கருவேப்பிலைச் செடி, மாதுளைச் செடி என வித விதமாய் நின்றது. அந்த இடத்தின் பசுமையையும், குளுமையையும், மீறி வண்ணங்கள் பெயர்ந்து உருவங்கள் காட்டும் காம்பவுண்ட் சுவர்தான் அறிவு நாயின் வெறுப்புக்குள்ளாகும்.

வீடு முழுவதும், குளுமையான வண்ணங்களும், டைல்ஸ்களும் பதித்தவர்கள் காம்பவுண்ட் சுவரை அப்படியே கலர் அடிக்காமல் விட்டு விட்டார்கள் என்கிற கோபமா அல்லது கலரில் தெரியும் உருவங்களின் மேல் ஏற்படும் வெறுப்பா? எனத் தெரியவில்லை. மஞ்சள் சாயம் பூசப்பட்ட அந்த காம்பவுண்ட் சுவரை உற்றுப் பார்த்து அந்தக் குரைப்பு குரைக்கும் சமயங்களில்!

மற்றபடி அறிவு நாய்க்கு பிடித்த இடம் கூரை ஷெட்டும், பசுமை வெளியும், அதன் குளுமையும்தான்! அங்குதான் அது ஓடி ஆடும். விளையாடி மகிழும். படுத்துப் புரளும்!

அறிவு நாயின் அம்மா திரியான செய்கைகளுக்கு தினந்தோறும் நான்கு, ஐந்து மணி நேரம் அனுமதி அதன் எஜமானரிடமிருந்து! காலையிலும், மாலையிலும் அதன் விளையாட்டு நேரம் போக கட்டிதான் கிடந்தது.

அறிவு நாய்க்கென தனிச் சாப்பாடு! பால் பிசைந்த சாதம், பிஸ்கட், தனிபால் இவைகளோடு வாரம் ஒரு தடவை மட்டன், சிக்கன், ஏதாவது சாப்பாடு வகையில் இருக்கும். அறிவு நாயை குளிப்பாட்ட தனி சோப் வைத்திருந்தார்கள்.

அதன் அடர்ந்த முடிக்கு குளிப்பாட்டியவுடன் தவறாமல் சாம்பிராணி புகை காட்டினார்கள். அதற்கென புஷ் புஷ்வென ஒரு டவல். மாதம் ஒரு தடவை அறிவு நாயை டாக்டரிடம் கூட்டிப் போனார்கள். "ஜெனரல் செக்கப்புக்காக"! இப்படியாக வாழ்ந்த அறிவு நாயின் மரணம் ஒரு பின்னிரவு நேரத்தில் சம்பவித்து விட்டது.

நாய் என்று சொன்னால், அதன் எஜமானருக்கு அப்படி ஒரு கோபம் வரும். ஆனாலும் நானும், என் மனைவியும் நாய் என்றும், அறிவு என்றும் மாறி மாறித்தான் அழைத்து வந்திருந்தோம். எங்கள் பிள்ளைகளும் அப்படியே!

(ஷ்! அவரிடம் சொல்லி விடாதீர்கள், நாயை, நாய் என்று சொல்லாமல் எப்படி சொல்வது?) எங்கள் இருவரையும் விட எங்கள் பிள்ளைகளிடம் அதிக பிரியம் உண்டு அறிவு நாய்க்கு! காலை எக்கிப் போட்டு விளையாடும் அளவுக்கு! பிள்ளைகளும் அறிவு நாய்க்காய் பிஸ்கட், பால் சோறு என்று உபசரித்தார்கள் அவ்வப்பொழுது!

சமயத்தில் அவர்கள் வைக்கும் சாப்பாட்டை விட எங்கள் பிள்ளைகள் கொண்டு போவதை விரும்பிச் சாப்பிட்டு விடும். அப்படிச் சாப்பிட்ட அன்று அறிவு நாய்க்கு அர்ச்சனைகள்தான்!

மனிதர்களை வைவதை காட்டிலும் பலமடங்கு, கூடுதலாயும், அர்த்தமற்ற வசவுகளாலும், கேள்விகளாலும் அறிவு நாயை புண்படுத்தி விடுவார்கள் அதன் எஜமானர்கள்! அறிவு நாய் இறந்தபொழுது எங்களின் பிள்ளைகளுக்கு தாங்க முடியாத சோகம்தான்! அறிவு நாயின் எஜமானர்கள் டூரிலிருந்து வந்ததும் அது இறந்த சோகத்தை அவர்களிடம் பகிர்ந்து கொண்டதில் எங்கள் பிள்ளைகளின் பங்கும் அதிகம் உண்டு.

அறிவு நாயின் எஜமானர் குடும்பம் டூர் போனபோது எங்களிடமும், எங்கள் பிள்ளைகளிடமும்தான் சொல்லிவிட்டுப் போனார்கள். நாயை பார்த்துக்கச் சொல்லி! பின்பக்க காம்பவுண்ட் சுவர் கேட் சாவியை கொடுத்து விட்டுப் போயிருந்தார்கள். நாய்க்கான பிஸ்கட் வகையறாக்கள் வாங்கவும், பால் வாங்கவும் காசு கொடுத்துவிட்டுப் போனார்கள். ஒரு வாரம் டூராம்! அறிவு நாயின் எஜமானர் ஆபிஸ் ஏற்பாட்டில் செல்கிறார்கள்.

கணவன், மனைவி இரண்டு பேரும் அரசு உத்தியோகஸ்தர்கள். மாதம் பிறந்தால் காற்றுப் போல அவர்கள் வீட்டில் நுழையும் வருமானம். ஐந்து லகரங்களுக்கு குறைவில்லை வசதியான வாழ்க்கை, சொந்தமாய் வீடு! ஆண் ஒன்றும், பெண் ஒன்றுமாய் பிள்ளைகள் படிக்கிறார்கள்.

காலையிலும், மாலையிலும் ஆட்டோ ரிக்ஷாவில் பள்ளிக்கும், இரவில் டியூசன் வீட்டுப்பாடம், டிவி, சாப்பாடு, தூக்கம் என நகர்கின்ற பிள்ளைகளின் நாட்களும், காலையில் எழுந்ததும், இடது கையில் தினசரி, வலது கையில் காபி, பிள்ளைகளின் பள்ளிப் புறப்பாடு, தன் ஆபிஸ் புறப்பாடுக்கான ஆயத்தம் என கணவனின் நாட்களும், காபி, டிபன், சாப்பாடு, தனது அலுவலக உத்தியோக நினைவு என மனைவியின் அன்றாடங்களுமாய் நகர்கின்ற அந்த வீடு!

அறிவு நாயை 500 ரூபாய் கொடுத்து வாங்கி வந்தார்கள். அதற்கு தரகரும் உண்டு. அவருக்கு 100 ரூபாய் கமிஷன்! அதை வாங்கி வந்த நாள் இரவு வீட்டில் யாரும் தூங்கவில்லை. இரவு வீட்டில் சமையல் இல்லை. ஹோட்டலில் டிபன் வாங்கிக் கொண்டார்கள். நாய்க்கு என்னென்ன சாப்பாடு வகைகள், எந்தெந்த வேளைக்கு எந்த அளவு கொடுக்க வேண்டும், நாயை வளர்ப்பது எப்படி? அதை தங்க வைப்பது எங்கே? அதன் ரூம் எது? ரூமில் சும்மா அடைத்துப் போடுவதா? கட்டிப் போடுவதா? அதற்கு காற்றோட்டத்திற்கு, அது "ஆய் இருக்க, ஒண்ணுக்கிருக்க" என்ன செய்வது? எங்கெல்லாம் கூட்டிப் போவது, எப்பொழுது கூட்டிப் போவது என பேசி முடித்து விட்டு அப்புறம்தான் யோசித்தார்கள், அந்த நாய்க்கு ஒரு பெயரை வைக்க வேண்டும் என!

அதன்படியே பெயரும் வைத்தார்கள்... சீட்டுக் குலுக்கிப் போட்டுதான் பெயரை தேர்வு செய்தார்கள்! அறிவு! பெயர்

வைத்த அன்றிலிருந்து அறிவு நாய் குடும்பத்தில் எல்லோருக்கும் ரொம்பப் பிரியமானதாய் ஆகிப் போனது.

அந்த குடும்பத்தில் அறிவு நாய் இருந்ததா? அல்லது அறிவு நாய் வசித்த அந்த வீட்டில் அவர்கள் வசித்தார்களா? தெரியவில்லை!

அவர்கள் டூர் போய்விட்டு திரும்பி வந்திருந்தபோது அறிவு நாய் இறந்து போயிருந்தது. பாம்பு கடித்திருந்தது. முதல் நாள் இரவு நானும், என் பிள்ளைகளும் வைத்த பாலும், சோறும் அப்படியே இருந்தது. நாலு காலையும் பரப்பி சின்ன வாய் திறந்து ஆவென கிடந்தது அறிவு நாய்! சின்னச் சின்ன கண்கள் இரண்டும் ஜீவன் இழந்திருந்தது.

திறந்திருந்த வாயின் ஓரம் வெளித் தொங்கிய நாக்கிலும், வாயிலும், கண்கள் இரண்டிலும் மொய்த்திருந்த ஈக்களும், எறும்புகளும்!

அறிவு நாய் சாகும் முன்பு புரண்டு துடித்திருக்க வேண்டும், இல்லையானால் பாம்போடு மல்லுக்கட்டியிருக்க வேண்டும். மணல் தரையில் தடம் தெரிந்தது. மணல் துகள்கள் சிதறி, புழுதி பறந்து, அறிவு நாயின் உடல் முழுவதும் மண் அப்பிப் போய் அந்த இடம் சின்ன யுத்தக் களமாய் காட்சி அளித்தது.

அறிவு நாயின் எஜமானர் வீட்டுப் பிள்ளைகள் குலுங்கிக் குலுங்கி அழுது விட்டார்கள். அதிகாலையில்தான் அறிவு நாயின் சடலத்தைக் கொண்டு போனார்கள். சைக்கிளின் பின்பக்க கேரியரில் ஒரு பழைய பெட்ஷீட்டை மெத்தென விரித்து அதன்மேல் அறிவு நாயை குறுக்கு வாக்கில் படுக்க வைத்து கட்டியிருந்தார்கள்.

அறிவு நாயின் மேலே கொஞ்சம் தூவிய ரோஜாப் பூவின் இதழ்கள்! அறிவு நாயின் எஜமானர்தான் சைக்கிளை தள்ளிக் கொண்டு போனார், தலையை குனிந்தவாறு! சைக்கிளின் பின்னாலேயே அவரது பையன் சென்றான். முகம் அழுது

ஓய்ந்திருந்தது. அறிவு நாயின் உடல் மேல் கையை வைத்திருந்தான்.

வேக, வேகமாக மூச்சிரைத்தவாறு சைக்கிளை தள்ளிக் கொண்டு நடந்த அறிவு நாயின் எஜமானர் எதிர்ப்பட்ட தெரிந்தவர் ஒருவரிம் சொன்னார்.

"கூடிய சீக்கிரம் ஒரு நாய் வாங்க வேண்டும்"

வேர் முடிச்சு

பஸ் ஸ்டாப்பில் நிற்கையில் மணி 9.15. எட்டு மணிக்கெல்லாம் வீட்டை விட்டு கிளம்பிவிட்டேன். காலைச்சாப்பாடு கூட வெளியில்தான். கலெக்டர் ஆபிஸ் அருகே உள்ள பானு ஓட்டலில்தான் சாப்பிட்டோம் நானும் பாலு அண்ணாவும்! அவர் எனக்கும், நான் அவருக்கும், ரத்த சம்பந்தமான உறவோ, சொந்தமோ இல்லை. மனம் மையமிட்ட கொள்கைக்காய் லட்சியத்துடன் ஒரே இயக்கத்தில் இருக்கிற நாங்கள் அவரை அண்ணா என்கிறோம். நான் மட்டுமில்லை, சோம்ஸ், மது, ராஜா, அருண் உள்ளிட்ட பலரும் அவரை அண்ணா என்றே அழைக்கின்றனர். ஒரு சிலர் மட்டும் வார்த்தைகளுக்கு பெயிண்ட் அடித்து மிகவும் கறாராகவும், ஜாக்கிரதை உணர்வுடனும், சுருதி சுத்தமாயும் அழைக்கிறார்கள். மாலையில் நடக்கவிருக்கும் கருத்தரங்க ஏற்பாடுகளுக்கு வந்திருந்தோம்.

சோலை அண்ணாதான் பணம் கொடுத்தார் பில்லுக்கு!

இரண்டு இட்லி, இரண்டு பூரி, ஒரு தோசைக்கு பிரமாதமாய் வந்துவிடப் போவதில்லை. இருந்தாலும்

அவருக்கு அது பெரிய தொகை என்பது என் சிற்றறிவுக்கு எட்டவில்லை!

மாதத்தின் பாதி நாட்களில் இயக்க வேலை சம்பந்தமாய் லீவில் சென்றுவிட்டு மீதி நாட்கள் மட்டும் சம்பளம் வாங்கி குடும்பம் ஓரிடமும், இவர் ஓர் வசிப்பிடமுமாயும், நாட்களை நகர்த்திக் கொண்டு இருக்கையில் கையில் என்ன மிஞ்சி..... என்கிற எண்ணத்தில் எழுகிற விஷயங்கள் தானே இவையெல்லாம்!

ஐந்து மணிக்கு ஆபிஷ் முடிந்ததும் வீடு, சைட் பிஸினஸ், பிரமோஷன், பிஸினஸ், சம்பளம் ஓசிப் பிரியாணிப்பார்ட் இவைகளைத் தவிர்த்து வேறெதையும் மனதில் தங்க விடாமல் பார்த்துக் கொள்ளும் மத்தியதரர்களுக்கு மத்தியில் இப்படியும் கூட ஒருவர் இருக்கிறார் என்கிற எண்ணம் மேலோங்குகையில் வரும் அவர் மீதான மதிப்பும், உயர்வுமே அவரைப் பற்றியான உயர்மதிப்பீட்டில் எங்களை வைத்திருக்கிறது எனலாம். சாப்பிட்டுவிட்டு பிரிந்தோம்.

"பையனை ஸ்கூலில் விட்டுவிட்டு பிறகு உங்களது வேலையைப் பார்க்கப் போகலாமே" என்றதற்கு ஒரு தர்க்கம் நடத்தி தப்பித்து வரவேண்டியதாகிப் போனது மனைவியிடம்!

பிறந்த குழந்தைக்குக்கூட சைக்கிள் வந்துவிட்ட இந்தக் காலத்தில் ஐந்தாம் வகுப்பு படிக்கிற வரை பையன் சைக்கிள் பழகாமல் இருந்தது பெரிய துரதிஷ்டமே! இதில் மட்டும் இல்லை. எல்லா விஷயத்திலும் அப்படித்தான் நடந்து போகிறது.

மாதந்தோறும் வீட்டுக்கு பலசரக்கு வாங்குவதிலிருந்து மற்ற எல்லாமே ஒவ்வொரு மாதிரியான சதவீதக் கணக்குகளில் இடைவெளி கூடி கூடிப் போய் தள்ளியும் தட்டியும்தான்!

உங்களுக்கெல்லாம் எதற்கு பிள்ளை குட்டி குடும்பம் என என் மனைவி சத்தம் போடுவதிலும் அர்த்தம் இல்லாமல் இல்லை. அவளும்தான் என்ன செய்வாள் பாவம்.

திருமணமான நாளிலிருந்து இரண்டு பிள்ளைகளுக்கு தாயான இன்றுவரை எனது மாறாத சிரிப்பையும், அன்பையும், தவிர வேறெதையும் அவள் கண்டதில்லை.

நல்லது பொல்லதிற்கு நாலு சேலை, ரவிக்கை வருடத்திற்கொரு சுற்றுலா, கோயில், கோபுரம், எக்ஸ்ட்ரா, எக்ஸ்ட்ரா என எதுவுமே அற்று ஒண்டுக் குடித்தனத்தில் வாழ்க்கையை நகட்டி வருபவள். அவள் செய்த பெரும்பாவம் என்னை திருமணம் செய்து கொண்டதும், இரண்டு பிள்ளைகளுக்கு தாயானதும்தான் என சொந்தங்கள் காதுபடவே பேசிய மிக முக்கிய தருணங்கள் எனது வாழ்நாளின் மறக்க முடியாத நாட்கள்.

அதற்கெல்லாம் காரணம் எனது மந்தப்புத்தியா? அல்லது அசட்டையா? இல்லை எனது பத்து விரலுக்கும் இருபது வேலைகள் இருப்பதாக நினைத்து சொந்த வேலையை தள்ளிப்போடும் மனோநிலையா?

ஏதோ ஒரு மனச்சமாதானத்தில் இதுமாதிரியான அத்தியாவசியங்களை தள்ளிப் போடும் போது பத்து வயதிற்குள்ளாக தங்களது பிள்ளைகளை கராத்தே கிளாஸ் செல்வது வரை தயார் செய்துவிடும் பெற்றோர்களைப் பார்த்து பொறாமைப்படாமல் இருக்க முடியவில்லை.

மேலும் இதுமாதிரியான விஷயங்களில் சவலைப்பிள்ளைத்தனமாக ஆகிப்போகிறதோ எனது சிந்தனையும், செயல்பாடும் என்கிற தாழ்வு மனப்பான்மையும் அவ்வப்போது என்னுள் எழாமல் இல்லை.

வேலை, முனைப்பு.... எல்லாம் தாண்டி குடும்பத்தைப் பொறுத்தவரை மிகப்பெரிய ஜீரோவாக இருக்கிறேன் தான்.

கருகித் தொங்கும் விழுதுகளின் இளம் நுனியாய்த்தான் ஒவ்வொன்றுமே என்னுள் பெரிதாய் உருத்திரண்டும், அணி சேர்ந்தும்!

சொந்தம், பந்தம், அக்கா, தங்கச்சி, அண்ணன், தம்பி எவருடனும் ஒட்டு உறவில்லாமல் இட்ட கட்டளையை அல்லது கொடுத்த வேலையை செய்த சந்தோஷத்திலும் மனதிருப்தியிலும், உடல் இத்துப்போய் அலைகிறவனாய்! எந்த கிறுக்கனாவது நிச்சயதார்த்தன்று கிராமங்களில் தொண்டு பணி ஆற்ற பயணம் போவானா? என் செயல்தான் உயர்ந்ததென்று பெண்வீட்டாரின் மனதை புண்படுத்தி விட்டுப்போனேனே!

இரவு, பகல், மழை, வெயில், பனி என எந்த காலச் சூழலுக்குள்ளும் அடங்காமல் வாங்கிய குறைந்த ஊதியத்தில் கடையில் சாப்பிட்டுக் கொண்டு பணி நிமித்தமாய் அலைந்து திரிந்ததன் பலன் உடலில் ரத்தம் சுண்டிப்போன இந்த நாட்களில் அல்சர், லோ பிரசர் நரம்புத்தளர்ச்சி என பெரும் உருவெடுத்து நிற்கிறது. இதையெல்லாம் சுட்டிக்காட்டி இன்னும் இப்பிடித்திரிஞ்சா...? என சிலர் க்கன்னா வைத்து பேசும் போது பெரும் சிரிப்பொன்றையோ, சமாளிப்பான வார்த்தைகளையோ உதிர்த்துவிட்டு நகர்பவனாகிறேன்.

இது எதற்கு தந்தாந்தசுக்கான் என்று தார்ப்பாச்சி கட்டிக் கொண்டு நிற்க அங்கே அவர்கள் புறந்தள்ள என ஒரு கடைநிலை ஊழியனுக்கான சகல (அவ) மரியாதையும் தாராளமாய் கிடைக்கம் போதும்... எந்த சூழ்நிலையிலும் இடுப்புத்துண்டு தோள் மேல் ஏறாமல் பார்த்துக் கொள்ளும் உத்தி மிகவும், கறாராக கடைபிடிக்கப்படும் போதும்தான் குடும்பத்தின் அருமையும், அதில் விட்டுப்போன இடைவெளியும் தெரிகிறது பூதாகரமாக!

மனதை ஆக்ரமித்த எண்ணங்களுடன் செல்லுகையில் ஆட்டோக்காரன் உரசத் தெரிந்தான். காலைநேரம் கூட்ட நெரிசல், பள்ளிக்கல்லூரி இத்தியாதி, இத்தியாதி என அவசரமாய் விரைபவர்களின் எண்ணிக்கை எல்லாம் ஒன்று சேர பிஸியாகிவிடும் ரோட்டில் ஆட்டோக்காரர்கள்

கவனமாக போனால்தான் என்ன....? என்கிற எண்ணமும் நல்லதான ஒரு கெட்ட வார்த்தையும் மனதில் தோன்றி மறையாமல் இல்லை அந்நேரம்!

இதற்கு இதுபோதும், எதற்கு நீள, நீளமாய் வசனம் பேசி வாய் வலிக்க சண்டை போட்டு, அவனுடன் பகையாகி, உடம்பில் பிரஷரை ஏற்றுக்கொண்டு.... ரோட்டோர கடைக்காரர்கள் எல்லாம் வந்துவிட்டார்கள். ஆளுக்கொன்றாய் சொல்லியவர்கள் கடைசியில் விடுங்கள் நாம்தான் கவனமாக இருக்க வேண்டும் என்று முடித்தார்கள்.

உண்மைதான் எதிலுமே, எப்போதுமே ரொம்பவும்தான் கவனமாக இருக்க வேண்டியதிருக்கிறது. தூங்கும் நேரம் கூட கவனப்பிசகாய் இருந்துவிட முடியவில்லை என்பதே முழு உண்மையாய் இருக்கிறது இங்கே!

ஆச்சாரமான நல்ல குடும்பம்தான். வெள்ளி, செவ்வாய்களில் சாம்புராணி வாசமும், பூஜை மணி சப்தமும் தவறாமல் கேட்கும் வீட்டிலிருந்தவர்கள். பண்ணிய காரியத்தை எனது நண்பன் சொன்னபோது ஏன் இப்படியெல்லாம் பணம் என்றால் இப்படியுமா செய்வார்கள்? அதிலும் ஒரு பெண் இப்படி செய்திருக்கிறாள் சம்மதித்து எனும் போது... சொந்தக்காரர் ஒருவரிடம் பகிர்ந்து கொண்டபோது அவர்தான் சொன்னார். அப்படித்தான் சுற்றியிருப்பவர்கள் நாம்தான் என முடித்தார்.

மிகவும் பெயர்பெற்ற சீட்டுக்கம்பெனியில் ஒரு லட்ச ரூபாய்க்கு சீட்டு எடுக்கப்போவதாக சொல்லி நண்பனிடம் கேரண்டி கையெழுத்தும் சம்பள ஸ்லிப்புமாய் வாங்கிச் சென்றிருக்கிறான். ஆச்சார பக்கத்து வீட்டுக்காரன். தனியார் மில்லில் வேலை செய்கிறானாம். அவனது பழக்கவழக்கமும் தேவையென்றால் மட்டுமே வந்து பேசிப்பழகும் இனிய குணத்தைப் பற்றியும் அடிக்கடி என்னிடம் சொல்லியிருக்கிறான் எனது நண்பன்.

அப்புறம் எப்படி கையெழுத்துப்போட்டாய் எனக் கேட்டதற்கு இரண்டு பெண்பிள்ளைகளை வைத்துக் கொண்டு வெளியூரிலிருந்து வந்து செட்டிலாகிப்போனவர்களின் நிலையை கவனத்தில் கொண்டுதான் அப்படியெல்லாம் ஏமாந்து போனேன் என்றான்.

தனது பெயரில் சீட்டு எடுக்கப் போவதாய்ச் சொல்லிவிட்டு கையெழுத்து வாங்கிச் சென்ற பக்கத்து வீட்டான் அவனது மனைவியின் பெயரில் சீட்டை மாற்றியிருக்கிறான். கேள்விப்பட்டு நேரே கம்பெனி போன எனது நண்பன் சீட்டுக் கம்பெனிக்காரர்களை சத்தம் போட்டுவிட்டு தனது கேரண்டி கையெழுத்தை கேன்சல் செய்துவிட்டு வந்த கதையை பகிர்ந்து கொண்டான்.

அவன் சொன்னதை முழுவதும் கேட்டபோது அவனிடமிருக்கும் எதையோ அடைய முழுத்திட்டமிடலில் வேலை நடந்ததாகத் தெரிகிறது. செய்த உதவியை எல்லாம் விடுத்து... பணம் என்று வந்துவிட்டால்... என மிகவும் நொந்து கொண்டான். விடுங்கள் அதை, இப்படியே கிளம்பிப்போனால், ஒவ்வொரு வீதியிலும், ஒவ்வொரு விதமான நம்பிக்கை துரோகிகளும், அடுத்தவர்களை மிகத் துச்சமாக எண்ணி லேசாக ஏமாற்றி விடுபவர்களும் நிரம்பி இருக்கிறார்கள்தான். அது மட்டுமில்லை கொஞ்சம் அமைதியாக இருப்பவனை அப்புராணி, ஒன்றும் தெரியாதவன், கதைக்கு ஆகாதாவன் என நினைக்கும் மனப்பான்மை பொதுவாகவே நம் சமூகத்தில் எல்லா மட்டத்திலும் ஊறிப்போய் உள்ளது. ஆழமாக என்றான் நண்பன். என்ன அத்தனை அந்நியோன்யமாய் பழகிய பழக்கத்திற்காகவாவது உண்மையைச் சொல்லியிருக்கலாம் அந்த பக்கத்து வீட்டார்கள். அதைவிடுத்து நம்ப வைத்து கழுத்தறுப்பது எந்த விதத்தில் சேர்த்தி எனத் தெரியவில்லை என்றான் நண்பன்.

வாஸ்தவம் தானே கழுத்தறுப்புகள் தொடர்வது வரை அவனது கேள்வியும் நியாயம்தானே? இந்நேரத்திற்குள் பையன் பள்ளிக்குப் போய்விட்டிருப்பான். சிறிது தாமதமாயிருந்தாலும் அவனது டீச்சர் முழங்காலுக்குக் கீழாக அடித்துவிடக்கூடும். போனவாரத்தில் ஒரு நாள் இப்படித்தான் பையன்களை வரிசையாக நிற்க வைத்து அடித்துவிட்டாளாம். பையன் கால்வீங்கிப் போய் வீட்டுக்கு வந்தான்.

அடிபட்ட பையன்களில் ஒருவனுக்கு எக்ஸ்ரே எடுக்கும் அளவு ஆகிப்போனது. சட்டம் போட்டபின்பும் கூட ஏன்தான் இப்படியெல்லாம் பிரம்பைத் தீட்டிக் கொண்டு திரிகிறார்கள் எனத் தெரியவில்லை. சட்டம் கூட ஒரு பக்கம் இருக்கட்டும். இப்படியான சிறு பையன்களை....

கால், கை வீங்க அடிப்பதும், ரொம்பவுமே எசக்கேடாகப் பேசுவதும் பள்ளிகளில் மிகவும் சர்வசாதாரணமாகவே! "நீயெல்லாம் ஏன் உயிரோடு இருக்க?" என்கிற கேள்வி மிக முக்கிய பங்கு வகிக்கிறது அதில்!

மனதும், நாவும் மரத்துப்போனக் கேள்விகளை சரஸ்வதி குடியிருப்பதாக சொல்லப்படும் பள்ளிகளுள் எப்படி நடமாட விடுகிறார்கள் எனத் தெரியவில்லை. இதைத்தடுக்க எந்த அரசு எந்த சிறப்புப் படைகளை வைத்து கண்காணித்து சரிபண்ணும் எனத் தெரியவில்லை.

அதுவரை ஏன் உயிரோடு இருக்கிறோம் என்கிற கேள்விகளை சுமந்து கொண்டும், அதற்கு விடை தெரியாமலும் திரிய வேண்டும் போலிருக்கிறது. மாணவ, மாணவியர் உலகம் என்கிற நினைப்புடன் ஜேம்ஸ் கடையில் டீ சாப்பிட்டுவிட்டு பஸ்ஸ்டாப்பில் நிற்கையில் பாலு அண்ணாவின் நினைவு வருகிறது!

அலையோடி

எங்கு போய் எதைச் செய்யக்கூடாதென நினைக்கிறேனோ அங்கு போய் அதையே செய்யும்படியான கட்டாயமும் விபத்தும் நடந்தேறிவிடுவது இயல்பாக நேர்ந்து விடுகிறதா? தற்செயல் விபத்தா தெரியவில்லை.

தற்செயல் நிகழ்வுகளுக்கு ஏன் அப்படி ஒரு பெயர் எனத் தெரியவில்லை.

ஆனால் பல பேர் கல்யாணத்திலிருந்து நோய், நொடி வரையுமான முன்கூட்டியே அறிவித்துவரும் சம்பவத்தையும் கூட தற்செயல் என்றே சொல்கிறார்கள்.

நாம் சொல்லும் நோய் அறிகுறிகளைக் கேட்டு பக்கம், பக்கமாய் ரிப்போர்ட் எழுதி பக்கங்களை புரட்டிப் பார்த்து ஆராய்ந்து மருந்து தரும் ஹோமியோபதி மருத்துவரிலிருந்து, தலைவலி என்றால் ஸாரிடான் காய்ச்சல் என்றால் க்ரோஸின் என மருந்துச்சீட்டு எழுதித்தரும் அலோபதி மருத்துவர் வரை அனைவருக்கும் தற்செயல்கள் விபத்தாகத் தெரியும் போது நான் எல்லாம் எம்மாத்திரம்?

ரத்துப் பரிசோதனை நிலையத்தின், வாசலில் வைத்து தான் பிரசன்னமானது அந்த யோசனை. அடர் சிவப்பு நிற பின்னணியில் வெள்ளை எழுத்துக்களில் பளிச்சிட்ட நிலையத்தின் ஃப்ளக்ஸ் போர்ட்டே அதற்கு சாட்சியாய்!

பழைய தமிழ் சினிமாப் பட "சாந்தி நிலையம்" மாதிரி "ரத்துப் பரிசோதனை நிலையம்" என ஏன் அந்தப்பெயர் என தெரியவில்லை.

நிலையங்கள், கபேக்கள்... னாள் ஓட்டல்கள் எல்லாம் மறுபிறவி கண்டுவிட்ட வேலையில் அவர்கள் அந்த லிகிஙி ற்கு நிலையம் என பெயர் வைத்து அதை நிலைக்கச் செய்து விட்டது பெரும் சாதனையாகவும் அதிசயமாகவும் பார்க்கப்பட முடிகிறது.

"மன்னாரங்கம்பெனி" என்கிற பெயரில் அம்பாசிடர் காரும், புகழ்பெற்ற நவீன இலக்கியவாதிகள் இருவர் பெயரில் ஆட்டோவும் ஓடுகிற வரிசையில் இந்த நிலையமும் போல என்கிற எண்ணத்துடன் இருந்த என்னை எனது மனைவியின் பேச்சு கலைத்தது.

காலையில் சீக்கிரமாய் எழுந்து பிள்ளைகளை பள்ளிக்கு அனுப்பிவிட்டு ரத்தபரிசோதனை எடுக்க வர வேண்டும் என்பது டாக்டரிடம் சென்ற நேற்றைய தினத்து முடிவு.

டாக்டர் சும்மா இருக்கிறாரா? வெறும் விஙிஙி.ஷி. என்றால் பிரச்சனை இல்லை. கூடவே பக்கத்தில் நீளமாக ஒட்ட வைக்கப்பட்டிருந்த அவரது மருத்துவ மேற்படிப்புகளுக்கும், பட்டங்களுக்கும் ஏற்றவாறு அல்சருக்காய் பார்க்கப் போனதற்கு உடலின் அறிகுறிகள் கேட்டும், எனது மனைவியினது தந்தையின் உடல் நலம் பற்றிக் கேட்டும் உடலில் கண்டிப்பாக சர்க்கரையின் அளவு பார்க்க வேண்டும் என எழுதிக் கொடுத்தார்.

காலை ஆகாரத்திற்கு முன் தண்ணீர் கூட குடிக்காமல் பார்க்க வேண்டும் என சொல்லி இருந்தார்.

ரத்தப் பரிசோதனை நிலையத்திற்கு போன் பண்ணிக் கேட்டதில் காலையில் 8.30 மணிக்கு நடை திறக்கப்படும் என்றார்கள்.

"அந்நேரம் வரை எப்படி பசிதாங்க?" எனக்கும் எனது மனைவிக்கும் ஒரு சேர எழுந்த கேள்வியை மூளையை கசக்கி உருத்திரட்டி யோசித்தபோது கிடைத்தது தான் கீழ்கண்ட ஏற்பாடு.

பிள்ளைகளை காலை 8.00 மணிக்கெல்லாம் பள்ளிக்கு அனுப்பிவிட்டு கொஞ்சம் பல்லைக் கடித்துக் கொண்டு "டெஸ்ட்"எடுக்கப் போய்விட வேண்டியது என்பது தான் எங்களின் ஆகச்சிறந்த திட்டம்.

செயல்படுத்தும் போது தெரியும் திட்டங்களின் வழக்கமான பலவீனங்களே எங்களது திட்டத்திலும்!

+2 மற்றும் 9 ஆம் வகுப்பு படிக்கும் சிறுவர்கள் (?) இருவரையும் பள்ளிக்கு அனுப்பிவிட்டு வந்து சேர இந்த 10 மணி!

பசி கண்களை மறைக்கிறது வாருங்கள் முதலில் சாப்பிடப் போகலாம் என்றாள் எனது மனைவி.

வீட்டிலேயே நான் சாப்பிட்டு விட்டாலும் அவள் சாப்பிடும் போது சம்பாதிக்கும் நான் சாப்பிடாமல் இருப்பதா என்கிற உயரிய எண்ணம் மேலோங்க நாங்கள் இருவரும் சாப்பிட்ட டிபனுக்காக பில் அதிகம் தான் என பேசிக் கொண்டவாறே ஓட்டலை விட்டு வெளியேறினோம்.

"பிஸியோதெரபி சென்டர் வரை போய்விட்டு வருவோம் என்று சொன்ன என்னை ஏறிட்டவள் சிரித்தாள்.

"நிலையம்" முடிந்து "சென்டர்" வரை செல்வது அநேகக் குடும்பங்களில் ஏற்படும் நிலை தான் போலும் என்றபடியே வந்தாள்.

“இதை முதலிலேயே செய்திருக்கலாமே“ என்கிற நினைப்பும் அவளது பேச்சிலேயே தொனித்தது.

நாங்கள் போன நேரம் “பிஸியோதெரபி சென்டரில்“ கூட்டம் எதுவுமில்லை. மாற்று மருத்துவ முறை மையங்களுக்கான பொதுவான நிலை இது தான் போலும். வளர்ந்த நகரங்களில் எப்படி எனத் தெரியவில்லை. ஆனால் இதுபோன்ற நடுத்தர ஊர்களில் இது மாதிரியான மருத்துவ முறைகளைப் பற்றிய விழிப்புணர்வு குறைவாகவே!

மூன்று மாதங்களுக்கு முன்னால் வந்த சிக்கன் குனியாவிற்கு சாப்பிட்ட மருந்தின் அலர்ஜியா அல்லது நரம்பு வீக்னஸா தெரியவில்லை. முகம் இடது பக்கம் செத்துப் போனது.

உடலில் பக்கவாதம் வந்து கைகால் ஒரு பக்கம் செயலிழந்து போவது போல முகம் மட்டும்!

அதற்கு மருத்துவ அகராதியில் “பெல் பால்ஸ்“ என்று சொன்னார்கள்.

பிறந்த குழந்தைகளுக்கு வைபவம் நடத்தி பெயர் வைப்பது போல எந்த வைபவமும் இல்லாமல் உடம்பில் வந்து ஒட்டிக் கொள்ளும் நோய்களுக்கு மருத்துவர்கள் இப்படியான பெயர்களை சூட்டிவிடுகிறார்கள்.

நடு மண்டையிலிருந்து உச்சி எடுத்து வகுந்தது போல இடதுபக்க நெற்றி சுருங்கவில்லை. கண் இமைக்கவில்லை. வாயில் சாப்பாடோ வேறு எதுவுமோ ஒதுக்கி மெல்ல முடியவில்லை முகமே வடிவமற்று இடது பக்கம் மட்டும் இழுத்துத் தொங்கியது.

“முகமற்றுத் திரிபவன்“ என்கிற சொல்லின் பாதி அர்த்தம் எனது முகத்தில் பிரதிபலித்தது. காய்ச்சலுக்காய் மாத்திரையும், மருந்தும் சாப்பிட்டுக் கொண்டிருந்த ஒரு நாளின் நடு இரவில் இடது ஒர மண்டையில் கோடித்ததுபோல் ஏற்பட்ட வலியின் பரிணாமம் காலை முகம் கழுவி வாய்

கொப்பளிக்கையில் தெரிந்தது. நிச்சயமாக இது முகப்பக்க வாதமேன என!

முகம் பார்க்கும் கண்ணாடி அதை உறுதி செய்தபோது மிகவும் பயந்து தான் போனேன். “முகம் இழுத்துக் கொண்டது மாதிரி கை, கால் செயலிழந்து போகுமோ? முகத்தில் ஏதாவது ஆகி கண் பார்வை, காது கேட்காமல் என ஆகிப்போய் விடுமோ?“

“அப்படி ஏதாவது ஆகி பிரயோஜனமற்று வீட்டில் உட்கார்ந்து விட்டால் குடும்பத்தின் கதி? அதன் ஓட்டம்...?“

துரித கதியில் எண்ணங்கள் வளர்ந்து, வளர்ந்து தறி கெட்டு அலைந்தது.

நின்றிருந்த இடம் காலடியில் நழுவியதாய்த் தோனியது.

கடவாய் ஓரங்களில் பல் முளைத்துத் தலையில் கொம்பு முளைத்து பயமுறுத்தியதுமான ராட்சசத்தனங்களில் வளர்ந்து எகிறியது எண்ணம்.

பைத்தியம் பிடித்தவனைப்போல தெரிந்தவர்கள் நிறைய பேருக்கு போன் பண்ணுகிறேன். பேசுகிறேன்.

அவர்கள் கூறிய ஆறுதல்களையும் மீறி மனம் தறிகெட்டு!

கடைசியாக ஹோமியோபதி டாக்டராக உள்ள எனது சொந்தக்காரப் பெண் கூறிய தைரியமே என்னை ஓரளவு நிமிரச் செய்தது.

ஆனாலும் முழுதாகத் தீராத மனச் சந்தேகம் பயம், மன பீதி, இவைகளினுடனேயே கைகோர்த்து நடந்த நாட்களின் நகர்வு.

யாரையும் நிமிர்ந்து பார்த்து பேச முடியவில்லை. கண் கூசியது. சிரித்தால் வாய் கோணியது. இதை மூடாததால் கண் சிவந்து எந்நேரமும் குடிகாரன் போல காட்சியளித்தேன்.

நிமிர்ந்து பார்க்காத தள்ளாடிய நடையும், கை, கால், உடலின் தளர்வும் அதற்கு காட்சியளித்தது.

சொந்தம், நண்பர்கள், தோழர்கள், உடன் வேலை பார்ப்பவர்கள் யாரையும் நேருக்கு நேர் பார்க்கவோ பேசவோ ரொம்பவும் தான் சங்கடப்பட்டு போனேன். அவர்களின் சந்திப்பை வேண்டுமென்றே தவிர்க்க வேண்டியவனானேன்.

அந்தத் தவிர்ப்பே பலபேரிடம் என்னைப்பற்றியான தப்பெண்ணத்திற்கு விதை போட காரணமாகிறது.

போதாதா இது காத்திருந்தவர்கள் விழுந்த விதையை பயிராய் கொடியாய் படரவிட்டு அழகு பார்த்து தன் மன குரோரத்தை தீர்த்துக் கொண்டார்கள்.

மனைவியிடம் சொன்னபோது விடுங்கள் அப்படித்தான் என்றாள்.

பல சமயங்களில் பல பேருக்கு மன தைரியம் சொல்பவர்களாயும், நல்ல மன நல, உடல் நல மற்றும் சர்வரோக நிவாரணியாகவும் மனைவிகள் அமைந்து விடுவது அதிசயமும் ஆச்சரியமுமான ஒற்றுமைதான்.

அந்த ஒற்றுமையையும் ஆச்சரியத்தையும் ஒத்த தன்மையுள்ள எனது நண்பரும் தோழரும் இதயம் தொட்டுப் பேசுபவர்ளில் ஒரு சிலருமான ராமராஜிடமும் ஓவியர் மணிகண்டனிடமும் மாணிக்கத்திடமும் பகிர்ந்து கொண்ட போதுதான் சொன்னார்கள்.

சரியாகிப் போகும் இல்லை என்றால் கேரளா போய் விடலாம் என்றார்கள். சொன்னவர் மாணிக்கம் ஆமோதித்தவர்கள் அவர்கள் இருவரும்.

மாணிக்கம் எப்போதும் அப்படித்தான் அதிக அன்பாயும் கஷ்டத்தின் அழுத்தம் தெரியாமல் இருக்கம் படியாகவும் பேசுவார், சமயங்களில் செய்தும் விடுவார்.

காய்ச்சலில் படுத்த ஒரு வாரத்தில் என்னை வந்து பார்த்தவர், ஆரஞ்சு, ஆப்பிள் காய்ச்சக்காரபன் எல்லாம் விடுத்து அவர் கொண்டு வந்த அன்பான வார்த்தை கோர்வைகளையே ஆறுதலாய் தந்து விட்டுப் போனார். கண்களில் துடித்த அவரது இதயம் நிறைய சேதி சொல்லிப் போனது.

அதிகம் பேசாமல் வந்து நிறைய சேதியையும் அன்பையும் லைவாக ரிலே செய்து விட்டுப் போனார். அந்த ரிலேவே ராமராஜிடமிருந்தும் ஓவியர் மணிகண்டனிடமிருந்தும் வெளிப்பட்டது.

எனது மனைவி கூடச் சொன்னாள். இப்படியான அன்புக்கு மத்தியில் இருக்கும் போது ஏன் கலங்குகிறீர்கள்? பயப்படுகிறீர்கள் என்றாள்.

அவளும் இப்படித்தான். அவள் வயதை ஒத்த சொந்தக்காரப் பெண் கேன்சரில் இறந்துவிட அதை தனக்கிருக்கும் நோயோடு சம்பந்தப்படுத்தி மிகவும் மனம் கலங்கிப் போனாள்.

நேற்று அவளை பார்த்த டாக்டர் அதையெல்லாம் கேட்டுவிட்டு அப்படியெல்லாம் ஒன்றும் இல்லை. சாவு என்ன ஒட்டுவாரொட்டியா? உங்களது பள்ளி காலத் தோழிக்கு நிகழ்ந்தது உங்களுக்கு நிகழ? ரொம்பவும் தான் மனதை குழப்பிக் கொண்டு பயப்படாதீர்கள் என்றார் கொஞ்சம் கோபமாகவே!

அந்த கோபம் தானோ என்னவோ சரியாகி சகஜமாகி விட்டாள்.

சகஜமான அவள் சொன்னது உண்மைதான்.

சொந்த ஊரில் ஜாதிச் சண்டை வந்து ஊரே புகைந்து கொண்டிருக்கையில் நெருக்கமான (?) என்கிற நிலையில் மனதில் பதிந்து வைத்திருந்த நண்பரிடம் பதறிப் போய்

விஷயத்தைச் சொன்னபோது “அதுக்கு என்னைய என்ன செய்யச் சொல்ற?“ எனக் கேட்ட மேதமைத்தனமான குணம் படைத்தவரும் விலகிப்போய் தூர நினறு கைகாட்டி வேடிக்கை பார்த்துக் கொண்டிருந்த நண்பர்களுக்கும் (?) மத்தியில் இப்படியும் வினோதமாக சிலர்.

அம்மாதிரியான வினோதங்கள், விலகல்கள், இடைவெளி பராமரித்தல், தராதரம் பார்த்துக் பழகுதல் என்பது எல்லா இடத்திலும் அனேகரிடம் குடி கொண்டுள்ள நாகரீகமாய் உள்ளது.

அம்மாதிரியான நாகரீகம் தான் இன்று ஊர் முழுவதும் தலைவிரித்து ஆடுகிறது.

அம்மாதிரியான நாகரீகத்தையே நாங்ள் போன “பிஸியோதெரபி“ சென்டர் டாக்டரும் கடைபிடித்தார்.

எனது பெயர், ஊர் நான் பார்க்கும் கடைநிலை ஊழியர் உத்தியோகம் எல்லாம் கேட்டவர் எனக்கிருக்கும் அதே நோயுடன் வந்த தொலை தொடர்பு அதிகாரி ஒருவரை விழுர் நு விழுந்து கவனித்தார்.

அப்படியான விழுந்து விழுந்த கவனித்ததன் விளைவாய் அவரின் முகம் பெயர்ந்தோ, தரை உடைந்தோவெல்லாம் போய்விடவில்லை.

அவரிடம் பேசிய பேச்சுக்களிலும் சொன்ன, வைத்திய ஆலோசனைகளிதலும் பாதியளவு கூட என்னிடம் சொல்லவில்லை.

ஆனால் அதே அளவு பீஸை மட்டும் வாங்கிக் கொண்டவர் நிறையவே பயமுறுத்தவும் மறக்கவில்லை.

இந்த நோய் இந்த மூன்று மாதம் சரியாகாமல் இருப்பதே அதிகம் என்றார்.

ஒரு வாரத்தில் சரியாகிப் போகிற விஷயம். அதை இத்தனை நாள் வளரவிட்டு வைத்திருப்பது மிகவும் தவறு. அது நீங்கள் செய்த பெரிய முட்டாள் தனம் எனவும் நீங்கள் தற்போது மேற்கொண்டிருக்கும் "ஹோமியோபதி" வைத்தியம் சரியானதே. ஆனால் நாளாகும். திரும்ப வராத அளவிற்குக் கூட சரி பண்ணி விடுவார்கள்.

ஆனால் உங்களின் இந்த நோய்க்கு அந்த வைத்தியம் தீர்வல்ல. இம்மாதிரியான வைத்தியமே சரி என்றும், இந்த நோய் ஆரம்பித்தவுடன் என்னிடம் வந்திருக்க வேண்டும் என்றும், தனது வைத்தியத்தின் வசம் என்னை இழுக்கும் விஷயங்களை நிறைய பகிர்ந்து கொள்ளத் தவறவில்லை. ஸ்கேனில் ஆரம்பித்து எக்ஸ்ரே, ஊசி மருந்து மாத்திரை பயிற்சி எல்லாம் சொன்ன அவர் எலெக்ட்ரிக் ஷாக், + ஊசி போட்டு விட்டு இதுபோல் இருபது நாட்கள் உங்கள் வருகை அவசியம் என்றார்.

"பிஸியோதெரபி" என்பது வெறும், தசைப் பயிற்சிகளும், நரம்புத் தூணடல் பயிற்சியும் மட்டுமேயன்றி வேறில்லை என என் அறிவுக்கெட்டிய வரையான விஷயத்தை நம்பி இப்படிப் போய் எனது எண்ணத்திற்கு எதிரான விஷயத்தில் மாட்டிக் கொண்டது எனது துரதிஷ்டமே என முடிவு செய்தவனாய் டாக்டருக்கு பீஸைக் கொடுத்துவிட்டு வெளியே வருகிறோம் மனைவியும் நானுமாய்!

அவள் என்னை ஏறிட்டுப் பார்த்து சிரித்ததில் ஆயிரம் அர்த்தங்கள்!

சிதிலங்களில்....

வணக்கம் பெண்ணே!

இறந்து போன உன்னுடன் பேச வேண்டிய அவசியம் உள்ளது. அனுமதிப்பாயா? அதற்காக நேரம் ஒதுக்கித் தருவாயா?

இறந்துபோன உன்னுடன் பேசுவதைத் தவிர்த்து எனக்கொன்றும் பெரிய வேலைகளோ ணிஸீரீணீரீமீனீமீஸீமீ களோ ஏதும் இல்லை.

அதற்காக வெற்றாய்த் திரியவும் இல்லை.

அப்படியே திரிபவனாய் இருந்தாலும் உன்னிடம் ஏதும் கேட்கக்கூடாதென்றோ உன்னுடன் பேசக்கூடாதென்றோ ஏதும் கட்டாயமில்லையே பெண்ணே.

இதன் அர்த்தம் உயிருடன் உள்ள மனிதர்களிடம் பேசி உறவாடி என்ன ஆகப் போகிறது என்பதல்ல... பிடிக்கிறது பிடிக்கவில்லை என்பதையெல்லாம் தாண்டி உயிருள்ளவர்களுடனும், உயிருள்ளவைகளுடனான எனது நட்பும், எனது குடும்பத்தாரின் நட்பும் இருக்க வேண்டும்

என்பதில் மிகவும் ஸ்டாங்கினனாயும், காம்பிடான்பலம் கொண்டவனாயும் இருக்க ஆசைப்பட்டிருக்கிறேன்.

ஆனால் உனது விசயத்தில் அந்த விதியை தளர்த்தி இருக்கிறேன். பேசு பெண்ணே பேசு.

தமிழ் சினிமாவில் வரும் நீண்ட கைகள் கொண்ட பூதத்தைப் போல உனது கணவன் உன்னை விழுங்கிய கோரத்தை பேசுவோமா? அல்லது 25 வயதின் வாசலில் நின்ற உன்னை அனுதினமும் சந்தேகித்து குத்திக் குதறிக் கொன்றுபோட்ட பயங்கரத்தை பேசுவோமா?

உன்னை ொன்றதற்கான காரணத்தை அவன் எப்படி வேண்டுமானாலும் திரித்துக் கூறி ஆவணமாகவோ, அல்லது ஆணவபடமாகவோ ஒலிப் பேழையாகவோ குறுந்தகடாகவோ வெயிட்டுவிட்டுப் போகட்டும். அல்லது அதை 800 பிரதிகளுக்கும் மேல் எடுத்து இந்தியா முழுவதும் விற்பனை பிரதிநிதிகளின் மூலம் விநியோகித்துவிட்டுப் போகட்டும் எழவு எடுத்தவன். அதைப்பற்றி எந்தக்கவலையும் இல்லை. எந்த விசாரணையுமில்லை இங்கு பெண்ணே!

ஆனால் பொதுவாகப் பார்க்கையில் இங்கு அப்படித்தான் இருக்கிறது பெண்ணே “ஏற்கனவே திருமணமானவர்“ என்கிற ஒற்றைச் சொல்லை வைத்து பூதாகரம் பண்ணி பிழைப்பை நடத்தும் செய்து பரப்பாளர்களுக்கு மத்தியில் உனது சாவில் உள்ள உண்மையை ஆராய்ந்து பார்க்கும் மனோநிலை இங்கே கம்மிதான் பெண்ணே!

நீ கொலையுண்டு இறந்து போன மறுநாளில் வெளிவந்த செய்தித்தாளில் உன்னைப்பற்றிய செய்தியைப் போட்டு கடைசிவரியில் ஓர வெடி குண்டையும் இலவசமாய் இணைத்திருந்தார்கள். “இறந்து போன பெண்... ஊரில் உள்ள இருபாலர் படிக்கும் கல்லூரியில் படித்தார் என்பதும் அதற்காக தனியாக டவுன் பஸ்சில் சென்று வந்தார் என்பதும்

குறிப்பிடத்தக்கது என செய்தி வெளியிட்டு தனது பத்திரிக்கை தர்மத்தைக் காத்துக் கொண்டார்கள்.

இப்படி செய்திகளை வெளியிடுவதைத்தான் சம்பந்தப்பட்ட தினசரிகள் சேவை செய்திகள் என்கிற வரிசையில் வைத்திருக்கும் போலிருக்கிறது. வளரட்டும் அவர்களது சேவைகள் (?!) இப்படியெல்லாம் தங்களது சேவைகளை வானுயற வளரவிட்டும், சேட்டிலைட் வழியாக விளம்பரம் பண்ணியும் தங்களது நற்பண்பையும் நற்பெயரையும் கற்பையும் காப்பாற்றிக் கொள்ளும் தினசரிகள், நீ கொல்லப்பட்ட அன்று ஏதும் அறியாத உனது இரண்டு வயது மகளும் கொல்லப்பட்டதே அதை ஏன் முக்கியத்துவப்படுத்தி வெளியிடவில்லை என்பது தெரியவில்லை பெண்ணே! அவர்களைப் பொறுத்தவரை "ஜஸ்ட் லைக் தட்" ஆன செய்திகளில் அதுவும் ஒன்றாகிப் போனது.

பெண் என்பவள் போகப்பொருள், வியாபாரக்குறியீடு என்பது மாறும் வரை நமது கலாச்சாரத்தின் முகத்தில் திட்டமிட்டு திராவகம் வீசப்படுகிற கொடுமை அனுதினமும் நடக்கும் வரை நடக்க அனுமதிக்கும் வரை ஒரு கொலையைக் கூட இப்படித்தான் புரையோடிப் போன நச்சுத்தன்மையுடன் வெளியிட தயாராய் இருக்கின்றன நமது ஊடகங்கள்.

அதெல்லாம் சரி பெண்ணே. திருமணமாகி மூன்றரை வருடங்கள் கூட முழுவதுமாக முடியாதநிலையில் ஏன் இப்படி ஒரு கோரம் உன் வாழ்க்கையில் என முடிவு பண்ண அல்லது ஆராய இங்கே சி.ஙி.மி. எல்லாம் தேவைப்படாது பெண்ணே! உன்னை கைபிடித்த போது தன்மேல் இருந்த தன்னம்பிக்கையும் இதர பல விஷயங்களும் காணாமல் போயிருக்கிறது உனது கணவனிடமிருந்து.

எலுமிச்சைக் கலரில் நல்ல முகவெட்டுடனும், அழகாயும், பாந்தமாயும் இருந்த உன்னை புதுநிறமாய் உடல் பருத்து

தொந்தி சரிந்து இருந்த உனது கணவனால் ஈர்க்க முடியவில்லை என்கிற முதல் வித்தே அவனது மனதில் விழுந்த முதல் விஷ விதையாய்! அதிலிருந்து நூற்று நூற்று பாவி படரவிட்ட எண்ணங்கள் கணக்கிலடங்காது.

அவனது கட்டுப்பாட்டின் கீழ்தான் நீ உள்ளாயா? அல்லது… என ஏகப்பட்ட அல்லது களை போட்டு முடிச்சிட்டவனுக்கு நல்லது ஏதும் தெரியவில்லை அல்லது புலப்படவில்லை விளைவு அவனுக்குள்ளாகவே உன்னை சொல்லால் செயலால், வன்முறையாய் சிதைந்திருக்கிறாள் அனுதினமும்!

உன்னை திருமணம் செய்து வந்து சிறிது நாட்களிலிருந்தே ஆரம்பித்துவிட்டான் உன்மீதும் உனது நிழல் மீதும் சந்தேகத்தை படரவிடும் படலத்தை! மோகமும் ஆசையும் முப்பதும் அறுபதுமான எண்ணிக்கைகளில் அடங்கிப் போவதற்கு முன்பாகவே உன்மீது கிளைவிட்ட சந்தேகத்தின் மீது நின்று தான் உன்னுடன் பேசுவதிலிருந்து பகிர்வு வரை என அனைத்தையும் வைத்திருந்திருக்கிறான். என்ன அதையெல்லாம் அவனது சிரிப்பு பசப்பு வார்த்தைகள் மூலமாக மூடி திரைவிட்டிருக்கிறான்.

அந்த மறைத்தலின் இருள் படர்ந்த பகுதியில் நீ இருக்குமாறு செய்ததே அவனது செயலுக்கான முழு சௌகரியமாயும் ஆகிப்போனது. நீயும் அதில் முழுவதுமாய் பறிபோய்விட்டாய் என்றுதான் சொல்ல வேண்டும். இல்லையாயின் அவன் உன்னிடம் பேசிய நைச்சியப் பேச்சுகள், சொன்ன சொற்கள் பார்த்த பார்வைகளிலிருந்து நூற்றெடுத்திருப்பாய் அவனது மனோநிலையை! அப்படியெல்லாம் நூற்றெடுத்து விடமுடியாத அவனது செய்கைகள் மீது உனக்கென்ன உனது குடும்பத்தைப் பார்க்கும் யாருக்குமே சந்தேகம் வராது லேசில்!

ரோமக்கட்டை தட்டாத தினசரி ஷேவிங், பவுடர், சென்ட், ஜவ்வாது என்கிற மேல்ப்பூக்களுடனும், கூலிங்கிளாஸ்,

மோதிரம், பிரெஸ்லெட் என்பதான அடையாளங்களுடனும் அடைபட்டுத் தெரிந்திருந்தான். மேஜிக் நிபுணரின் கண்ணாடிப் பேழைக்குள் அடைபட்டுத் தெரிபவனாக வெளிப்படையாக இப்படி எல்லாமும், அதற்குக் கூடுதலாகவும் தெரிந்த அவன் உன்னையும், குழந்தையையும் கூட அப்படித்தானே அடையாளப்படுத்தி வைத்திருந்தான். பத்து ஜோடிகளில் அந்த குழந்தைக்கென ஷீவும், செருப்புமாய் மாற்றி, மாற்றி வாங்கி வைத்திருந்தது சுழற்சிமுறையில் வந்திருக்கிறது.

முதல் நாள் போட்ட ஷீவோ, செருப்போ, சாண்டக்கோ, கேன்வாஷ் ஷீவோ, கட் ஷீவோ பதினோராவது நாள்தான் அவனது காலில் ஏறியிருக்கிறது. அதுபோலவே தான் உடைகள் விஷயத்திலும் நடந்திருக்கிறது. டீ சர்ட்டிலிருந்து, கட்டம் போட்ட சட்டை, குர்தா, ராணுவ உடை என விதவிதமான மாடல்களில் இருந்தது மாதிரியே உனக்கும் சேலை, சுடிதார், பட்டு என அசத்தியிருக்கிறான்.

நீ அடுத்த தெருவிற்கு போவதாக இருந்தாலும், கூட கழுத்தில் இரண்டு லைட் வெயிட் தங்கச் செயினாவது இருக்க வேண்டும் என்பானே உனது கணவன். எங்காவது திருமணம், சடங்குவீடு, கோயில், விசேஷம் வெளியூர், சினிமாத் தியேட்டர், எனப்போகும் போது நீ உனது கணவர் குழந்தை என படோடோபமாய்த்தான் போயிருக்கிறீர்கள் வந்திருக்கிறீர்கள்.

அதெல்லாம் கூட ஒருவகையில் சரியே (?) என வைத்துக் கொண்டபோதிலும் கூட.

யாருக்காக இதைச்செய்தான் தனது திருப்திக்காகவா? உன்னையும் மற்றும் குழந்தையையும் மகிழ்விக்கும் பொருட்டா? அல்லது இப்படி எல்லாம் வாழாமல் இருந்தால் சொந்தமும், பந்தமும், எதிர்கால தற்போதைய சமூகமும் நம்மை பழிக்கும். அப்படியெல்லாம் வீண்பழிக்குள்ளாகி நமது கௌரவமும் அந்தஸ்த்தும், குடும்பமானமும் மண்ணோடு

மண்ணாகி வீனே கலந்து போய்விடுமோ என்கிற எண்ணம் மேலோங்க உனது மற்றும் குழந்தையின் மென்மன உணர்வுகள், நடை, உடை, பாவனைகள் அனைத்தையும் தனக்கானதாய் மாற்றச் சொல்கிறான்.

தன் வாழ்க்கை தன்குடும்பம், மனைவி மக்கள் இவர்களது வாழ்க்கை நம் கையில் என்பதைவிடுத்து கௌரவம், அந்தஸ்த்து என்கிற போலியான பெரிய படுதாவைப் போர்த்தி அழகுபார்த்து வெளி சமூகத்திற்காக வாழ்ந்து கொண்டிருந்த அவனின் வீட்டினுள்ளான உள்நடப்பு. வேறு ஒன்றாக அல்லவா இருந்திருக்கிறது என்பது உனக்குத் தெரியவந்தபோது அவன் நேரடியாவே உன்மீது சொல் அம்பு எறிந்திருக்கிறான். எந்தவித கூச்ச நாச்சமும் இல்லாமல், எந்தவித முகாந்திரமும் தெரியாமலும், நீ என்னை விரும்புகிறாயா, என்னை நீ கணவனாக ஏற்றுக் கொண்டுள்ளது உண்மைதானா? உன்னைக் கவர, உன்னில் இடம்பிடிக்க நான் லாயக்கற்றவனாய் இருக்கும்போது நீ வேறு யாரை மனதுள் வரைந்து வைத்திருக்கிறாய் என படிப்படியாகவும், மெதுமெதுவாகவும் ஆரம்பித்து இந்தக்குழந்தை எனக்குப் பிறந்ததுதானா என பூதாகரமாய் வெடித்து நிற்கிறான்!

அந்த வெடித்தலிலும், நாரச சத்தத்திலுமாக வெந்துபோன உன்மனதிற்கு மருந்திடக் கூட தயாரில்லாமல் அனுதினமும் உன்னை சிதைக்கிறான்.

ஏற்கெனவே அவனது மனதிற்குள்ளாக ஊறி முடை நாற்றமெடுத்து ஓடிக்கொண்டிருந்த சந்தேக சாக்கடையை சந்தர்ப்பம் கிடைத்த தருணங்களிலெல்லாம் அள்ளித் தெளிக்க கூச்சப்படவில்லை அவன்.

தாங்குமா உன்மனம், அன்றலர்ந்த பூவாய் தினம், தினம் பூக்கும் உனது மனம் அவனது சொற்களால் பார்வையால் தினம் கருகிப்போகிறது. பக்கத்து வீட்டுப்பையன், எதிர்த்த

வீட்டுக்காரர், பால்க்காரர், பேப்பர் போடும் தம்பி, இப்படி யாரிடம் பேசினாலும் உன்னை வதைத்து எடுத்துவிடுகிறது அவனது பேச்சு.

அதிலும் கொஞ்சம் சிரித்துப் பேசிவிட்டால் இரணியவதம் உறுதி ஏன் இப்படி இருக்கிறான். எதற்காக அவனது பேச்சி திசைமாறி உருக்கொள்கிறது என்பதில் ஆரம்பித்து இதர இதரவாய் அவனைப்பற்றி பலவாறாயும் குழப்பமாயும், உன்னுள் உருக்கொண்ட எண்ணத்திற்கு ஒரே தீர்வும், வடிகாலும் உனது கண்ணீரே எனச் சொன்னார்கள் உன்னை அறிந்தவர்கள்.

சரி, நீயும் தான் எத்தனை நாள் பொறுத்திருப்பாய். கொடுமைகள் அரங்கேற, அரங்கேற நீயும், குழந்தைகளும் படும்பாடு பொறுக்கமாட்டாலும், எப்போதாவது யாரிடமாவது புலம்பும் புலம்பலையும் மனம் வெறுக்க கோபம் என்கிற பெயரில் நீ உன் தாய் வீடு போனதையும், இணைத்து முடிச்சிட்டுப் பார்த்து அவன் தனது குடும்ப கௌரவம் பறிபோனதாகவே நினைக்கிறான்.

அந்த நினைப்பும், உன்மீதான சந்தேகமும் ஒரு சேர அவன் மனதில் ஊற்றெடுத்து ஆறாய் ஓடிக்கொண்டிருந்த சாக்கடை மேலும் பெருகிப்பெருகி அவனை மனமுடவனாக்கி, மூளை குருடனாக்கி எதையும் யோசிக்கச் செய்யாமல் திரும்பத்திரும்ப ஒற்றைவரியில் அடிக்கோடிட்ட வார்த்தையையே நினைக்கச் செய்கிறது.க்ஷ

திரும்பத்திரும்ப அவன் மனதில் வேரூன்றிய வரிகள் அவனுள்ளேயே எதிரொலிக்க, எதிரொலிக்க, எதிரொலிக்க... உன்னாலும், குழந்தையாலுமே குடும்பத்தின் கௌரவம் பாதுகாப்பாற்ற நிலைமையில் வீதியில் கிடப்பதாய் ஆழத்தின் ஆழத்தில் சென்று சிந்தித்தவன் உன்னையையும் குழந்தையையும் இல்லாமல் செய்துவிடுவதால் மட்டுமே பிரச்சனை தீர்ந்து சரியாகிவிடும் என நினைக்கிறான் முட்டாள்த்தனமாகவும், குரூரமாகவும்!

நல்ல பிங்க் கலர் சுடிதார், அதற்கு மேட்சாக துப்பட்டா, தலை நிறைந்த மல்லிகைப்பூ, வேதனை நிறைந்த முகமாய் நீயும்,

கட்டம் போட்ட நீலநிறச்சட்டை கருப்பு பேண்ட் கையில் மோதிரமும், வாட்ச், பிரேஸ்லெட்டுமாய் உனது கணவனும், வெளிர் பச்சை நிறத்தில் பனியனும், அதற்கேற்ற கலரில் ட்ரவுசரும் அணிந்தவனாய் உங்கள் இரண்டு வயது மகனும் மூவருமாக அடுத்தடுத்து பிரேதமாய் அடுக்கப்பட்டு அரசு ஆஸ்பத்திரியின் மார்ச்சுவரியில்!

குடும்பக்கஷ்டம் தாங்காமல் மூவரும் விஷம் குடித்து இறந்ததாக பதிவாகிறது மருத்துவமனை ரிப்போர்ட்! 35 வயதை கடக்காத அவனும் 25ன் வாசலில் நின்று கொண்டிருந்த நீயும், இரண்டு வயது நிரம்பிய குழந்தையும், பலியானது தற்கொலையினாலா, அல்லது கொலையினாலா? என்பதையே என்னிடம் விலாவாரியாக பேச விரும்புகிறேன் எனதருமை இந்தியப் பெண்ணே!